Hadithi za kikwetu

WASIFU WA TAMA

Hadithi za kikwetu

Nimeshindwa Tena	Ken Walibora
Tabasamu baada ya dhiki	Amos Nandasaba
Tajiri Mjanja	Leo Odera Omolo
Mfalme na Majitu	Leo Odera Omolo
Safari ya Kombamwiko	Emmanuel Kariuki
Kido	Halima Njirainey
Mlima Kenya Kajifungua	Njiru Kimunyi
Hadithi Teule	Sun Bao Hua
Bonde la Wafu	Akberali Manji
Majuto ni Mjukuu	P. M. Kareithi
Kaburi Bila Msalaba	P. M. Kareithi
Shamba Ia Wanyama	Fortunatus Kawegere
Pendo la Halinesh	Ahmed E. Ndalu na Hamisi Chombo
Kishu Kazi	Jay Kitsao
Kachuma na Kazibo	Patrick Ngugi
Mgomba Changaraweni	Ken Walibora
Mkasa wa Shujaa Liyongo	Bitungi Matundura
Kijana aliyeuza hekima	Sun Bao Hua
Safari ya Usiku	Hezron Mogambi

WASIFU WA TAMA

Peter Juma

PHŒNIX PHOENIX PUBLISHERS, NAIROBI

Kimetolewa mara ya kwanza mnamo 2010 na
Mwasio Publishers,
P.O Box 8829-00300,
Nairobi, Kenya.

ISBN 978 9966 05 154 6

Kimenakiliwa tena 2014

Toleo hili limetolewa 2017 na
Phoenix Publishers Ltd.,
Mellow Heights, Ngara Road,
S. L. P. 30474-00100,
Nairobi, Kenya.

Kimechapishwa na:
Ramco Printing Works Ltd
S. L. P. 27750-00506
Nairobi, Kenya.

Shukrani

Kwanza namshukuru Mola kwa kunineemesha kuandika kitabu hiki. Mbali na kunitunuku karama ya uandishi, amenikirimia uhai na nguvu kutimiza ndoto yangu. Panapo nia pana njia na palipo nuru giza hutoroka. Pia natoa shukrani zangu kwa wote waliokifanikisha kitabu hiki. Barabara ndefu haikosi kona. Changamoto zilikuwepo lakini kwa ushirikiano, tuliweza kuzibwaga. Kwa hali na mali, wahisani walitoa michango yao.

Furaha yangu haitakamilika pasipo kuwataja baadhi ya vigogo waliosimama nami. Kwanza kabisa namvulia kofia mke wangu, Cecilia Chari, ambaye alinishika mkono kutoka mwanzo hadi mwisho wa kazi hii. Kwa ujasiri aliyakabili mawimbi na misukosuko iliyotisha kunimeza. Aidha nawashukuru wandani ambao walisimama nami wakati wa kukitayarisha kitabu hiki kwa dhati. Nao ni Chege Mithia, Edward Mukuha, Benjamin Njue, Steve Mwatela, Jackson Njagi na Murwanjama Rutere. Sitawasahau Ben na Nancy Mungai ambao walisimama imara kama nanga baharini katika kunishauri. Sitawapa kisogo walimu, Jane Wanjiru na Jane Muthoni, kwa michango yao.

Mwenye funguo za vipawa ni Mwenyezi Mungu mwenyewe. Kwa zamu, huwatunuku wanadamu. Pia tukumbuke kwamba Rabuka ndiye ainuaye waja wake na karama zote hutoa kwa hiari. Kazi kubwa ni kustawisha karama hizo. Fahamu nyota yangu si nyota yako.

Ahsanteni sana na Mola awazidishie.

Peter Juma.

Sura ya Kwanza

Jua lilichomoza maridadi baada ya siku kadha za baridi na mvua. Anga ilikuwa safi na hakukuonekana dalili zozote za mawingu. Mahindi shambani yalikuwa yametoa maua. Ndizi zilikuwa karibu kukomaa. Kila mahali rangi ya kijani kibichi ilimiliki. Jambo ambalo lilifanya mazingira kuvutia. Miti mbalimbali ilikuwa imetoa maua na kuwavutia ndege wa aina mbalimbali ambao walijenga viota vyao katika vilele vya miti hiyo. Kelele za ndege zilidhihirisha kazi nyingi walizokuwa nazo. Hakuna ndege aliyeonekana kutepetea kazi ya ujenzi wa makao yao mapya. Kelele hizo ziliipa nchi uhai. Mvua iliyokuwa ikinyesha iliashiria msimu wa vipepeo na walikuwa wengi kupindukia na kutapakaa kila mahali. Vipepeo walivyokuwa na mabawa ya rangi tofauti tofauti walionyesha umahiri wao wa kupaa angani.

Rangi za mabawa yao zilivutia machoni na kuyapa mazingira sura ya kupendeza. Wengine walisema vipepeo hao walikuwa baraka na kuonekana kama uso wa nchi na kudumu kwao kuliyapa afya mazingira. Kelele za watoto, mbuzi, kondoo na miroromo ya ng'ombe viliyapa mazingira uhai uliostahili. Kuku waliokuwa na vifaranga, yalivyo mazoea yao, waliendelea kuchimbua ardhi kandokando ya nyumba kama tingatinga.

Nyumba mbili za Wanga zilikuwa zimeangaliana. Jiko lilikuwa la kitamaduni yaani nyumba ya mviringo iliyojengwa kwa udongo na juu ilikuwa imeezekwa kwa nyasi. Nyumba ya kulala ilikuwa ya vyumba vitatu na ilijengwa kwa matofali ya udongo. Katikati ya matofali, saruji ilitumiwa ili kuipa nguvu nyumba hiyo na kuezekwa mabati yaliyopakwa rangi ya kijani kibichi.

Upande wa nyuma, mashariki mwa nyumba ya jiko, kulikuwa na zizi la wanyama wa kufugwa. Mzee Wanga alikuwa na ng'ombe watatu wa kisasa, mbuzi kumi na mmoja na kondoo wawili. Ng'ombe wa maziwa walikuwa wawili na dume mmoja ambaye hatima yake ya kuuzwa ilikuwa imeamuliwa na bwana wake. Kando kando ya nyumba ya kulala, kulikuwa na uwanja mkubwa ambao ulitumiwa na watoto wa mtaani kuchezea mpira nyakati za jioni. Nyuma ya jiko, upande wa magharibi, mita mia moja, kulikuwa na mto uliotiririka kutoka nyanda za juu kuelekea nyanda za chini.

Katikati ya nyumba ya kulala na uwanja walioutumia watoto wa mtaani kwa michezo mbalimbali, kulikuwa na miti iliyopamba sehemu hiyo. Kwa sababu ya miti hiyo, mazingira yalivutia. Mti mmoja uliokuwa kando kidogo na miti hiyo ulikuwa na kivuli kizuri sana. Mti huo walizoea kuuita mti wa jamii. Wakati wa hari, yalikuwa mazoea ya Wanga na jamii yake kupumzikia hapo. Hayo ndiyo yaliyokuwa maskani ya mzee Wanga na jamii yake.

Bi Wanga alirauka mapema sana na kuondoka nyumbani bila arifa kwa mume wake. Ni Tama pekee aliyejua alikoenda mama yake. Hata baada ya Wanga kuamka saa chache baadaye, aligundua barafu yake ya moyo hakuwepo nyumbani. Swali kwa Wanga likawa alipokuwa mke wake.

Tama alikuwa kifungua mimba na alikuwa msichana mpole kitabia, mrembo wa sura na umbo pia. Alikuwa msichana mrefu, rangi yake maji ya kunde. Umri wake haukua mdogo sana kuelewa mambo ya maisha. Tama alikuwa amejifundisha mengi kutoka kwa wazazi wake hasa mama yake ambaye daima alinyenyekea. Uso wa mama yake siku zote ulikuwa umechangamka na kudhihirisha furaha aliyokuwa nayo siku baada ya nyingine. Wasemavyo wahenga, kama mama kama binti, Tama hakuachwa nyuma.

Baada ya kujiburudisha, Wanga alimuuliza bintiye, "Yuko wapi mama yako?"

Tama kwa upole alijibu, "Ameenda sokoni. Kwani umesahau shangazi Jeli na jamii yake watakuwa wageni wetu? Aaa! Baba wewe ndiwe uliyetupasha habari hizi halafu leo wasema umesahau."

Wanga alijibu, "Nilikuwa nimesahau mwanangu. Wakati mtu anaendelea kukomaa akili nazo zinazidi kupungua."

Tama aliinama na kuendelea na kazi aliyokuwa akifanya ya kuosha vyombo.

Japo Wanga alikuwa amekatalia ukale, alikuwa mshauri wa ajabu kwa jamii yake. Hata vijana mtaani walimwita 'mleta hoja' yaani mwanafalsafa. Kwake yeye, Tama alikuwa rasilmali muhimu na chombo mwafaka cha kutegea uchumi siku za usoni.

Tama alikuwa amefanya vizuri sana katika mtihani wake wa darasa la nane na alikuwa tayari ameitwa kujiunga na shule moja kuu ya mkoa. Huu ukawa wakati mzuri wa Wanga kutoa wasia kwa binti yake. Waandamizi wake wote walikuwa shuleni. Wanga alikuwa amejaliwa watoto watano, wawili wa kiume na watatu wa kike. Alikuwa amestaafu kutoka kwa utumishi wa serikali. Wanga alikuwa na majuto mengi baada ya kupoteza wakati wake mwingi kutafuta mali na kuoa akiwa amechelewa sana. Watu wa rika lake walikuwa na watoto wakubwa na baadhi yao walikuwa wanafanya kazi.

Baada ya Tama kukamilisha shughuli zake, baba yake alimwita kwa mazungumzo. Tama aliingia nyumbani na kutoa viti viwili na kuvipeleka chini ya mti wa jamii. Walipoketi, Wanga alianza, "Tama naona unaelewa kabisa mambo hasa, yahusuyo maisha. Wewe ni msichana na nina uhakika umejinufaisha mengi kutoka kwa mama yako. Mtihani wa darasa la nane naona ulipata matokeo mazuri. Hongera kwa kufanya vyema mwanangu. Mimi nitakutunza kwa hali zote na elimu yako nitaipa kipaumbele."

Tama alifurahi na kujibu, "Nashukuru baba kwa kunijali kwako."

Wanga aliendelea, "Karibuni utaondoka nyumbani na kuungana na wanafunzi wenzako katika Shule ya Upili ya Tumaini. Bweni sasa litakuwa makao yako. Hatutakuwa nawe tena kukushauri kama ilivyo sasa."

Tama, "Hii ni fursa muhimu sana kujifunza mengi kutoka kwa wenzangu na walimu. Unajua baba watu husema usipotembea utakuwa unajigamba eti hakuna mpishi bora kuliko mama yako. Kwa sababu hiyo nataka kufahamu zaidi maisha ya bweni."

Wanga alitabasamu na kusema, "Vyote ving'aavyo si dhahabu. Mbali na elimu ya madarasani, zingatia elimu ya kitamaduni pia. Walisema wahenga, mwacha mila ni mtumwa. Uingiapo ngazi nyingine, yapasa utafakari lililo la faida na hasara. Litakuwa jambo jema kujiamulia maisha yako ya kesho sasa, kabla ya kujumuika na vijana wengine.

Tangu enzi za akina babu, wanawake wanachukuliwa kuwa vyombo dhaifu. Dhana hii ni mbaya maana imewadunisha wanawake mbele ya kope za wanaume."

Tama kwa haraka alijibu, "Mimi nitasimama kidete kuitetea hadhi yangu na heshima ya wanawake kwa jumla. Atakayejaribu kusimama katika njia yangu nitapita naye."

Wanga alimtahadharisha bintiye, "Kumbuka shule uendayo ni shule ya mseto na wahitaji ufahamu wa juu mno kudumisha nidhamu yako. Vijana wa kiume hawatapumua mpaka wapate wanachotaka kwako usipokuwa mwangalifu.

Ulipokuwa katika shule ya msingi ulikuwa ukishuhudia wasichana wenzako waliokutangulia jinsi maisha ya shule za upili yalivyowapiga chenga na mazuri waliyowaza kubaki ndoto. Wengine wao kwa sababu ya kuchekacheka ovyo na kucheza na wavulana, umewaona wakirudi nyumbani wakiwa wajawazito. Ujasiri waliokuwa nao uliwatia mashakani na kuwapa wanakijiji fursa ya kuongea mbivu na mbichi ya maisha yao."

Tama alitabasamu na kumwambia baba yake, "Lakini baba wajua mimi si kama wao. Mimi naitwa Tama, Tama Wanga. Mimi ni tofauti kabisa na hao wasichana unaosema."

Baba yake aliendelea, "Mwanangu nataka ujue jambo moja. Hakuna siku mdomo umeshindwa na jambo lolote. Hakuna Jambo mdomo hauwezi kutamka. Mdomo hauendi choo, lakini utasikia ukisema naenda choo. Mdomo unasema nitakupiga ilhali mikono ndiyo itakayopigana. Mdomo haushindwi. Kwa sababu hiyo nakuomba uyapime maneno kabla ya kutamka. Kila saa husema nitafanya hiki nitafanya kile lakini viungo vingine vya mwili ndivyo hufanya. Kwa hivyo usiuamini mdomo kwa mambo yote usemayo."

Kwa sauti ya unyonge Tama alijibu, "Ni kweli baba mdomo ni hodari katika kusema lakini ni mnyonge kutekeleza."

Wanga alikubaliana na binti yake na kusema, "Wimbi la maisha halichoki kufagia wenye kulegea njiani. Litakuwa jambo la aibu kwenda kusoma na kubakia kama bendera inayofuata upepo. Bila nia njema na busara itakuwa vigumu kuyamudu maisha."

"Mimi siwezi kusuluhisha nafsi yangu kwa ajili ya kuufuata ulimwengu. Nitakuwa mwadilifu. Wewe na mama mmetekeleza wajibu wenu kwa kunipa samaki. Ni wajibu wangu kula nyama yake na kuacha mifupa." Alisema Tama.

Mazungumzo hayo yalizidi kumchochea Wanga kuzidi kutoa ushauri kwa binti yake. Kadri walivyozidi kuzungumza ndipo Tama alizidi kufunguka na kuwa wazi zaidi. Mengi aliyoyasema baba yake yalikuwa muhimu kwenye maisha yake ya usoni.

Wanga alifurahishwa sana na mfano aliotumia Tama. "Vijana wa kiume ni kama wavuvi watupao mshipi baharini. Wewe utaona chambo tu lakini mshipi utaugundua wakati umekunasa. Kama ulivyokubali hapo awali, zingatia ushauri wetu."

Kwa uchangamfu Tama alikubali, "Maisha si mpira tuyachezee."

Wakiwa katika mazungumzo yao, jirani kwa jina Waridi alifika.Tama aling'atuka kitini alipokuwa amekaa na kumkaribisha mgeni. Walizungumza kuhusu ng'ombe dume ambaye Mzee Wanga alikuwa na mpango wa kumuuza ili kupata karo ya kumsomeshea Tama.

Tama aliendelea na maandalizi akimsubiri mama yake. Mzee Wanga na Tama walikuwa wamekubaliana kuahirisha kikao chao hadi wakati mwingine ili kutoa fursa kwa Tama kufanya usafi. Tama aliandaa kinywaji baridi na kumpelekea baba yake baada ya jua kutoa makali yake. Wanga alikuwa shabiki wa kinywaji cha machungwa. Kwa sababu hiyo kinywaji hicho hakikupungua katika nyumba yake. Licha ya kuwa na akili angavu, Tama alikuwa msichana mwepesi na alitekeleza majukumu yake kwa haraka. Hakuwa mtu wa kusukumwa wala kuambiwa mambo mara mbili. Ajabu ni kwamba Tama hakuwahi kushiriki mchezo wowote akiwa katika shule ya msingi ya Johari. Alikuwa tofauti kabisa na ndugu na dada zake. Wao walikuwa watu wa michezo mingi na wazito katika kutimiza majukumu yao.

Hatimaye Tama alimaliza shughuli zake na kurudi pale kwenye mti wa jamii kwa mazungumzo zaidi na baba yake.

Wanga alianzisha awamu ya pili ya mazungumzo yao.

"Wakati wa kufanyisha akili yako kazi umefika Tama. Usikubali kuachwa nyuma katika kustawisha akili yako maana ukikubali hilo utapata hasara kubwa katika siku za usoni. Mwili unapozidi kukomaa, na akili vivyo hivyo ipevuke. Jungu kuu halikosi ukoko. Nikiwa jungu hilo, ushauri ndio huu mwanangu. Ujilinde na chachu ya mapenzi nje ya ndoa kama nilivyokueleza hapo awali. Yamewafanya wengi kupoteza mwelekeo na kuambulia patupu. Maji yakimwagika hayazoleki na ukijaribu kuzoa, utazoa matope.

Wanaume wenye tabia nzuri na wenye busara wako siku zote na mtu asikupotoshe eti karibuni wataisha. Wakati wako ukifika, yaani baada ya kuhitimu utapata wako akiwa tayari kabisa. Hatari ya mapenzi kabla ya ndoa ni nyingi mno. Kunayo magonjwa hatari ya kuambukizana kama vile UKIMWI ambao hauna dawa ya kizungu wala kienyeji."

"Ni kweli baba, lakini ugonjwa wa UKIMWI hauenezwi kupitia mapenzi peke yake. Mwalimu wetu alitufundisha kuwa mtu anaweza kuambukizwa kwa kutumia kisu kimoja wakati wa kupashwa tohara au kuwekwa damu iliyo na viini vya UKIMWI. Kunazo njia nyingi za kuambukizwa ugonjwa huu," alisema Tama.

"Mwanangu sikatai, lakini asilimia kubwa ya watu huambukizwa kwa njia ya kufanya mapenzi kiholela."

Tama aliwathamini sana wazazi wake. "Mimi nitafanya niwezalo ili niwe tofauti na vijana wengine. Unajua baba macho ya kiumbe chochote ni taa ya mwili wake. Tena waswahili walisema mwenye macho haambiwi tazama. Mungu akinisaidia nitatumia macho haya kuona hatari kwa mbali. Haya mambo usemayo ni ya kuona kwa macho baba."

"Kumbuka mwanangu ajali haina kinga. Tena mimi na mamako twataka nduguzo wafaidi na wajisomeshe elimu safi ya maadili mema kutoka kwako. Kama ulivyodhamiria kuwa daktari wa kutajika, soma mama maana jembe na panga leo ni elimu. Wazo lako la kuwa daktari aliyehitimu ni jema kwa sababu utawasaidia watu wengi wanaougua maradhi mbalimbali. Kabla ufike hapo, chunga usionje dawa za kulevya. Zitaharibu kabisa maisha yako ya kesho. Hizo dawa zina madhara makubwa sana kwenye mwili. Usikubali kuonja. Adamu alipoambiwa na mke wake aonje tunda la mti wa kati, unayajua matokeo yake. Hilo tunda ndilo lililowafanya babu yetu mkuu, Adamu, na nyanya yetu mkuu, Hawa, kutumbukia shimo la matatizo. Usikubali kutumiwa kama kivukio na wanafunzi wenzako bali jikakamue uweze kuyashinda majaribu ya ujana. Utunze ulimi wako usije ukakuingiza motoni. Chunga maneno unayoyasema kwa maana yanaweza kukuletea fedheha kubwa. Dunia chombo kichafu chambilecho wahenga. Itakuwa vyema ukijifundisha kuishi vizuri na watu wote."

"Baba nimepulika ushauri wako. Ni bora na sitazembea. Dunia ya leo mtu asipokuwa chonjo, atajipata mashakani, lakini utoto wenu baba ulikuwa mzuri sana. Hakukuwa na shida nyingi kama wakati huu wetu. Nidhamu ilikuwa ya juu sana na watu waliheshimiana. Hakukuwa na ujanja wa vijana kama nyakati hizi zetu. Vijana wa sasa ni *hit and run.* Hawana wakati wa kuangalia nyuma. Zama zenu, wasichana walikuwa karibu sana na akina mama na kufundishwa jinsi ya kuhifadhi uke wao. Haikuwa rahisi msichana kupata wala kuavya mimba maana mila hazikukubali. Vijana walikuwa na adabu kwani waliwaamkia viti waliokuwa wamewazidi umri. Baba penye nia pana njia. Mimi si mnyama nikose akili ya kupambanua mema na mabaya. Kupitia kwako na mama, nimejifundisha mengi. Natamani maisha yangu yasipungue kwa lolote.Yasiwe na upungufu wala dosari. Naomba maisha yangu ya usoni yawe kama kioo cha kujitazama ukutani ili kila mmoja apitaye karibu aweze kujiangalia na kujirekebisha mahali palipo na kasoro maana hiyo ndiyo sababu ya kuwepo kwa kioo," alitamatisha Tama.

Hilo lilimfurahisha Wanga sana na kukubali ukomavu wa binti yake. "Nyumba njema huwa ni msingi bora. Tukiwa msingi huo, mmejengwa juu yetu. Uthabiti wa ndoa yetu una manufaa makubwa kwenu. Matokeo mnayaona japo msingi umesitirika mwambani. Ushauri ni bora. Hata nasi tulishauriwa na wazazi wetu. Utapata kujua ubora wa ushauri changamoto zitakapojitokeza. Hekima humfunza mtu kuwa wa maneno machache yenye maana na ufahamu wa hali ya juu. Maarifa humsaidia mtu kukabiliana na matatizo yanapochipuka. Shairi tulilopewa na mmoja wa wazazi wetu, lilitusaidia sana kuibuka washindi katika maisha ya ndoa. Nitakupa nakala ya shairi hilo baadaye lakini kwanza tulisome pamoja. Naamini litakusaidia kujenga msingi imara kama huu wetu katika siku zako za usoni.

"Maisha ni mazuri ukiyatunza vyema. Uumbaji wa Mungu haujabadilika. Miti ilivyoumbwa, mpaka sasa machipuza kama zama za Adamu. Mimea haijakoma kumea. Viumbe hawajaacha kuzaana. Muda wa kubeba mimba kwa mwanadamu haujabadilika. Ilivyokuwa wakati wa Hawa ndivyo itakavyokuwa kwako na vizazi vijavyo. Hivyo ndivyo maisha yalivyopangwa na Mungu. Viumbe ndio wanaobomoa mifumo. Wewe ukiyatunza maisha yako vizuri, utaona fahari yake. Kufaulu kwa lolote wahitaji kuelewa kwanza. Mtihani bila kuelewa, hauna maana yoyote. Elewa sababu ya kutahiniwa na faida zitakazopatikana hapo baadaye. Bila kuelewa na mambo, elimu yako itakuwa mwili bila matumbo.

Fanya utafiti upate kugundua yaliyojisitiri katika maisha hususan ya vijana. Mambo mapya uyaonayo kuna watu waliojitwika mzigo wa kuyavumbua. Kutoka sayari moja hadi nyingine ni hatari. Nao wenye kuhatarisha maisha yao ndio huvumbua yaliyofichika katika sayari hizo. Wewe chunguza." Wanga alitia nanga.

"Ushauri wako umeanguka kwenye masikio yenye rotuba na akili nyevu ambayo bila shaka itakubali yote. Nakushukuru sana baba. Basi soma shairi ili niendelee na matayarisho ya wageni," Tama alifunga.

Bila ya kuongeza neno, Wanga aliingia nyumbani na kurudi na shairi hilo.

TUNZENI NDOA WANANGU

Nawaoza kwa furaha, msingi nikitandaza,
Ndiyo hamu ya maisha, muwazayo napongeza
Mwenge ni sasa nawasha, heri isiyowakwaza,
Tunzeni ndoa wanangu, nyumba ni yenu wawili.

Tabia isiwachenge, kupanda mchogomani,
Bwana bibi usipige, pole yenu tatueni,
Wazeni kuwa wabunge, ujumbe mtembezeni,
Tunzeni ndoa wanangu, nyumba ni yenu wawili.

Yamkini msizini, ni taa uaminifu,
Kiapo kiheshimuni, kusiwepo upungufu,
Chombo kiwapo majini, mawimbi ni maarufu,
Tunzeni ndoa wanangu, nyumba ni yenu wawili.

Ilindeni kuvunjika, talaka mbali kukaa,
Ni kashifa kusikika, ndoa imevaa waa,
Ada kutowajibika, msije mkapumbaa,
Tunzeni ndoa wanangu, nyumba ni yenu wawili.

Jirani mkisikiza, atavunja yenu nyumba,
Uvumi akieneza, macho mlinde kufumba,
Upendo kutolegeza, ufanisi mtaimba,
Tunzeni ndoa wanangu, nyumba ni yenu wawili.

Tama ndipo ushauri, kuuwaza nang'atuka,
Wanangu ni ufahari, nyumba yenu kusifika,
Ugaweni utajiri, wa hekima kutajika,
Tunzeni ndoa wanangu, nyumba ni yenu wawili.

Shairi hili lilikuwa ushauri wa namna yake kwa Tama.

"Sitalegeza juhudi za kuwania mema na kudumisha urari maishani. Mwongozo niliopata kutoka kwa wazazi wangu watosha kuleta gharika ya merna katika maisha ya vijana wenzangu. Maisha ya bwenini nitayaweza kwa kufanya mema siku zote," aliwaza Tama.

Mwisho wa hayo yote mamake aliwasili kutoka sokoni akiwa na mzigo kichwani na kifurushi mkononi. Kwa haraka Tama alimkimbilia na kumpokea mama yake.

"Pole mama, ungeniambia niandamane nawe. Mzigo huu ni mzito sana kwa mtu mmoja."

"Ahsante mwanangu kwa kunipokea. Nilidhani kichwa kitapasuka," alisema mama yake. Tama hakusita kumfahamisha yote yaliyojiri.

"Mama leo tumekuwa na kipindi kizuri cha mazungumzo."

Mama Tama alishangaa, "Mazungumzo na nani? Kwani mgeni wa leo alikuwa nani. Shangaziyo amefika?"

Akitingisha kichwa Tama alijibu, "La! Mama. Yalikuwa mazungumzo na baba. Baba ni mzuri kwa ushauri. Mama, baba alinipa shairi lile mlilopewa wakati wa harusi yenu."

Mama alitamatisha kwa kusema, "Shukuru Mungu una wazazi wanaojali. Unafikiri ni wazazi wangapi wanaupata wasaa wa kukaa chini na watoto wao na kuwapa ushauri? Kuanzia sasa wewe kuwa nahodha wa maisha yako mwenyewe."

Kama jina lake, Adili binti Jenga, Mama Tama aliwafunza wanawe maadili mema. Adili alipokuwa mwanamwali, aliwababaisha mabarobaro waliomzunguka kama tai waufanyavyo mzoga. Urembo wa sura yake na tabia njema zilimweka katika vita rijali siku zote. Hata alipokaribia kuolewa, vijana wengi wa kiume kutoka pembe mbalimbali za wilaya walimposa lakini bahati haikuwaangukia maana wote walianguka mtihani baada ya posa zao kukataliwa.

Wanga alizingatia methali hiyo. Maji hufuata mkondo. Tama alitamani kufuata mkondo huo huo ili afaulu maishani.

Mama Tama alipokaa kunywa chai, alimhadithia binti yake kisa kilichokuwa na mafunzo tele. Kawaida yake alitumia hadithi na mifano ili kuwasilisha ujumbe kikamilifu.

"Maisha ya bweni unaweza kuyashinda. Ukizingatia hadithi hiyo ya watoto nitakayokusimulia sasa utafaulu."

"Lakini mama hadithi hiyo isiwe ya kuvunja moyo kama ile ya mtu aliyesombwa na mafuriko. Vile ulivyoisimulia ilinifanya nifikirie sana. Ni kwa nini mtu hupata shida na kukosa msaada usiku au akiwa peke yake?" aliuliza Tama.

Mama Tama alifahamu mafundisho yaliyokuwa katika hadithi .

Aliendelea, "Leo sikusimulii kisa cha huzuni. Hadithi yenyewe inahusu mtoto aliyezaliwa. Baada ya siku chache akafariki."

"Mama usinihadithie. Mimi sitaki hadithi za tanzia," alisisitiza Tama.

Mama alimtuliza bintiye, "Kisa hiki si kibaya. Kina mafundisho chungu nzima. Wewe usitie hofu."

"Mimi sipendi mambo ya watoto kufa. Mtoto ni malaika wa Mungu na hana dhambi. Kwa nini basi afe?" Mama alimkata binti.

"Acha nikusimulie kisa halafu maswali na maoni yafuate baadaye. Mtoto aliyefariki alikuwa safarini kurudi mbinguni. Angani, mtoto aliyetoka duniani alikutana na mtoto mwingine ambaye alikuwa ametoka mbinguni ili kuingia tumboni mwa mamake hatimaye azaliwe. Wakaanza kupiga gumzo. Aliyekuwa ametoka mbinguni alimwuliza mwenzake, Je, wewe bwana waenda wapi? Aliyekuwa ametoka duniani akamjibu, Mimi narudi kwetu. Maisha ya duniani yamenishinda. Nimeona siyawezi. Na wewe waenda wapi?

Aliyetoka mbinguni akajibu, Mimi naenda duniani. Mtoto aliyetoka duniani akashangaa. Mimi dunia imenishinda. Wewe utafanya nini hata uiweze? Wote wanaozaliwa sasa wanalia dunia ni mbaya. Aliyetoka mbinguni akajibu, mimi nitaiweza. Aliyetoka duniani akamuuliza, kwa njia gani? Aliyetoka mbinguni akamjibu, Nikizaliwa nitakuwa bubu. Sitaongea na mtu siku zangu zote ulimwenguni. Siku ile nitafungua kinywa changu na niongee, nami nitajua dunia imenishinda kama watangulizi wangu na nitaanza safari kama hii yako nimwachie mwenye ujuzi nafasi. Aliyetoka duniani akamwambia mwenzake, haya bwana. Mimi nakutakia kila la heri duniani. Watoto hao wakaagana na kila mmoja kwendelea na safari yake. Hata nawe utayaweza maisha ya bweni. Ukiwa bubu utafaulu. Wewe angalia tu kwa macho na usiwe wa haraka kukata kauli." Tama alishangazwa na kisa hicho sana.

Sura ya Pili

Saa tisa alasiri Tama na wazazi wake walikuwa wamewasili katika Shule ya Upili ya Tumaini. Hiyo ilikuwa mojawapo wa shule maarufu mkoani humo. Kwa miaka michache iliyopita, wazazi walilalamika vikali kuhusu kuzorota kwa kiwango cha elimu na kushuka kwa nidhamu katika shule hiyo. Licha ya hayo, Tama na wazazi wake walikuwa na matumaini makubwa ya kulisukuma mbele gurudumu la Tumaini. Kwa nje majengo yalikuwa imara huku mazingira yakiwa safi na ya kuvutia. Bustani ilirembeshwa mpaka ikarembeka.

Kila darasa lilikuwa na mikondo miwili. Wasichana walikuwa na mabweni matatu nao wavulana wakiwa na mawili. Mkono wa kushoto wa shule kulikuwa na mabweni ya wasichana na ya wavulana mkono wa kulia. Hakuna bweni lililoshikana na jingine. Kila bweni lilikuwa na jina lake. Majina yote yalikuwa ya wanyama kwa sababu shule hiyo ilikuwa imepakana na mbuga ya wanyamapori. Waanzilishi wa shule hiyo waliamua kutumia majina ya wanyama waliokuwa maarufu katika mbuga hiyo. Kwa upande wa wasichana, mabweni yalikuwa ni, Chui, Kifaru na Nyati. Mabweni ya wavulana yalikuwa ni, Simba na Ndovu.

Kama ilivyokuwa desturi, Tama alipokelewa vizuri na karani wa shule hiyo Bwana Karafuu. Wazazi wa Tama walifurahia makaribisho hayo na kuwa na matumaini ya mtoto wao kufanya vyema. Karo ya muhula wa kwanza waliilipa yote kama walivyotarajiwa. Hatimaye Tama alikabidhiwa mwongozo wa shule hiyo na ilikuwa lazima kutia sahihi mbele ya wazazi wake kuwa atatii masharti yote ya shule hiyo.

Baada ya hayo kaimu mwalimu mkuu, kwa jina Malkia, alishika hatamu ya kumwongoza Tama, "Kutoka sasa hapa ni nyumbani kwenu nasi ni wazazi wako. Hatutakutendekeza bali ukifanya kosa tutakuadhibu kwa mujibu wa sheria za shule ambazo umekubali kuzitii. Sasa chukua mzigo wako uelekee kwenye bweni lako."

Tama alishtuka, "Mwalimu mimi sijui hili bweni linaloitwa Kifaru liko wapi."

"Jitayarishe nikuonyeshe. Sasa wakati wa kuagana na wazazi wako umefika," alikauli kaimu mwalimu mkuu.

Wakiagana, wazazi wa Tama walimkumbusha binti yao, "Tafadhali Tama zingatia elimu na kuwajibika vilivyo. Mkataba ambao umeingia na shule uuheshimu. Hili ni agano kati ya shule na wewe. Usijaribu kukiuka mkataba ambao umeutia sahihi mbele zetu. Kumbuka mimi na mama yako ni mashahidi."

Aliagana na wazazi wake na kuelekea bwenini kuanza maisha mapya. Wanafunzi waliokuwa katika bweni hilo hawakupokea Tama vyema bali walimkejeli kama ilivyokuwa kawaida ya wanafunzi wa kidato cha kwanza. Mambo mengi Tama aliyaona mapya. Tama hakuamini macho yake alipoingia ndani ya bweni hilo. Matukio yalikuwa kinyume cha matarajio yake. Kati ya wasichana aliowapata ndani, wasichana watatu walikuwa nusu uchi. Nguo walizokuwa wamevaa ziliacha mapaja yote nje. Tama hakuwa na ujuzi huo. Hakutaka kuwaangalia mara ya pili. Macho ya wasichana hao watatu hayakuwa ya kawaida. Walionekana kutumia kileo fulani. Keke, mmoja wa wasichana hao alikuwa mchokozi sana.

Alimwanza Tama, "Wewe *mono* mambo *poa*? Au mambo ni *waawaa*? Jibu salamu zangu dada?"

Hata kabla Tama hajajibu, Rehema aliuliza, *"Are you feeling aire aire?"*

Tama alijibu, "Mimi sielewi chochote. Kwani ninyi mwaongea lugha gani?"

Wanafunzi waliokuwa katika bweni hilo walimcheka Tama sana na Abutali akamjibu, "Wewe *madam* umetupa mbao na randa yake."

Wasichana hao hawakumpa Tama hata sekunde moja ya kuvuta hewa safi bali waliendelea kupanua uwanja wa vitimbi na sarakasi.

Abutali aliendelea, "Nilijua wewe ni mshamba nilipokuona tu. We'we utajua *sheng* mwaka gani? Kwanza tuambie umetoka upande gani wa nchi hii yetu tukufu? Nakuona umezubaa sana dada ama umechanganyikiwa? Sasa umefika kwa wataalamu wa lugha ya *sheng*. Hapa mambo ni *chapchap* dada. Baridi uliyonayo mwilini tutaitoa."

Rehema aliongezea, "Acha mambo ya wazee uungane na vijana wenzako.Wakati wa kufurahia maisha ni sasa. Ama wewe wataka *kuyaenjoy* kaburini? (Wasichana waliokuwepo wakacheka). Kwani kwenu hakuna saluni? Unanyoa nywele kama mtoto wa *standard one, Chanuka!* Hii ni shule ya upili. Hapa sio *primo* na usituambukize tabia yako."

Tama aliwaza "Uzuri wa mkakasi ndani mabuu. Nje kwapendeza lakini ndani kwasinya."

Keke aliuliza, "Basi tuambie jina lako."

Taratibu alijibu, "Mimi naitwa Tama. Tama Wanga."

Keke alicheka mpaka akaumwa na mbavu. Akamwuliza Tama, "Kwani majina mazuri yalikuwa yameisha duniani ndipo ukaitwa Tama? Sikieni jina la *before*. Hilo jina lilitumika kabla ya Kristo yaani *B.C.* Mbona hukuitwa majina ya kisasa kama Moreen au Ivy. Hilo jina lako limezeeka sana. Wazazi wako walilitoa wapi lakini? Hilo jina ni mojawapo wa majina ya kwanza kabisa kutumika ulimwenguni. Wewe sasa ni kama yai mikononi mwetu. Ukileta ujuaji hapa tutakuweka laini. Kuanzia leo lazima utii maagizo yetu. Ukituletea *muhadhara* hapa utakiona cha mtema kuni."

Tama alionyesha ukomavu wake maana kwa kila neno ovu alikuwa bubu. Tabasamu aliyorithi kwa mama yake hakuweza kunyang'anywa na wasichana hao. Baada ya maisha kumwendea mrama usiku huo, asubuhi iliyofuata aliamkia darasani. Aliungana na wenzake wapya katika darasa lao. Ulikuwa ni mseto wa wanafunzi yaani vijana wa kiume na kike. Walipata fursa ya kufahamiana vizuri. Maisha hayakuwa mabaya kwa maana wanafunzi wote wapya walijikusanya pamoja na kuandamana kama kundi la kondoo. Wanafunzi wa vidato vya juu waliwachokoza mara kwa mara lakini umoja wao ulikuwa nguvu yao. Waliweza kujihami wakati wote. Hata baada ya kuzoea maisha ya shule, katakata.

Tama alikataa kuiga maisha ya wanafunzi wengine. Ni yeye tu aliyenyoa nywele na kutunza kichwa chake kilichokuwa na nywele fupi. Madoido mengi yeye hakutaka. Wanafunzi wa kiume waliokuwa hodari wa vidato vya tatu na nne waliwategea mitego baadhi ya wanafunzi wapya wa kike lakini mitego hiyo haikuweza kuwanasa. Tama alikuwa ndege mjanja na hapakuwa na pakacha bovu la kumtega.

Baada ya muhula wa kwanza kukamilika, Tama na rafiki zake waliweza kugundua unyonge uliokuwa shuleni humo. Kwanza, wanafunzi wengi wa kiume walikuwa wavutaji sigara. Wachache kati yao walikuwa wakivuta bangi. Jambo ambalo liliwahuzunisha sana. Baadhi ya wasichana walitumia mili yao vibaya kwa kufanya mapenzi kiholela. Wanafunzi wengine walikuwa wakienda densi usiku na kunywa pombe mbali na starehe nyingine. Walimu hawangeweza kuwasaidia wanafunzi hao kwa sababu wengi wao walikunywa pamoja. Walimu wachache waliojua siri za wenzao waliogopa kumjulisha mwalimu mkuu kwa hofu ya makaragosi.

Walimu ambao hawakuwa walevi wala wavutaji walikuwa kizingiti kwa halmashauri ya shule kwa kuwaficha wenzao na wanafunzi maana waliogopa kuhatarisha maisha yao na pia kuwaharibia wenzao kazi. Utovu wa nidhamu kwa wanafunzi wa vidato vya juu ulikuwa umekita mizizi. Wanafunzi wafisadi waliwapa rushwa walinzi ili kufunika uovu walioufanya usiku. Tama na wenzake walikuwa wamekata kauli ya kuwasaidia wenzao ambao walikuwa wamelemewa na maisha wakiwa ngazi ya ujana.

Muhula wa pili, Tama na wenzake walijiunga na ushirika wa maombi. Saa saba na robo mpaka saa nane ikiwa imepungua dakika kumi na tano ndio wakati uliokuwa umekubalika. Hapo ndipo nafsi zao zilipobubujikia. Baada ya muda wanafunzi wengi walikuwa wamemzoea na kumpenda kwa maana hakuwa na dharau kwa mwanafunzi yeyote. Katika ushirika, Tama alikuwa na ushawishi mkubwa. Kwa sababu hiyo, aliratibu mipango kabambe ya kutoa mafunzo kwa wanafunzi wenzake kuhusu maadili mema.

Baada ya kuruhusiwa na mwalimu mkuu kuendesha elimu hiyo kwa nusu saa kwa wiki mara mbili, Tama alijumuisha kikundi chao chote cha maombi kwa minajili ya kusaidiana. Kauli mbiu ilikuwa, 'Maadili mema ni ngao maishani'. Mafunzo hayo yalipokelewa na wanafunzi pamoja na walimu huku kila mmoja akitoa maoni yake. Zaidi ya nusu ya wanafunzi shuleni walipuuza mpango huo na kusema kuwa ilikuwa njama ya mwalimu mkuu ya kuwagandamiza na kuwapokonya haki zao za kimsingi. Matatizo ya Tama yalianzia hapo. Wasichana ambao walikuwa wametatizwa na mpango huo waliapa kumkomesha Tama. Kulingana nao alikuwa amevuka mpaka. Waliamini mafunzo hayo ndiyo yaliyomchochea mwalimu mkuu na kuweka sheria kali ambazo ziliwazuia kutoka nje ya shule.

Katika bweni la Kifaru, kuliibuka malalamiko kuwa nguo za wanafunzi waliolala bweni hilo zilikuwa zimetoweka. Malumbano hayo yaliendelea kwa muda kabla ya msimamizi wa bweni hilo kuchukua hatua. Wanafunzi katika bweni hilo walisema wazi kwamba walimshuku Tama. Uchunguzi ukiendelea, kuliibuka sakata nyingine tena. Tama alishtumiwa kuwa na uhusiano wa kimapenzi na mmoja wa walimu wao. Kabla ya vumbi kutulia, nguo ambazo zilikuwa zimeripotiwa kupotea, zilipatikana ndani ya sanduku la Tama. Rai ya mwalimu mkuu ikawa Tama aende akae nyumbani mpaka uchunguzi ukamilike.

Tukio hilo lilikuwa kero kwa wazazi wa Tama. Imani waliokuwa nayo kwa Tama ilianza kufifia. Waliamini mtoto wao alikuwa na makosa hata kama hukumu haikuwa imepitishwa.

Wanga alimkemea Tama, "Sikio la kufa halisikii dawa. Mara ngapi nimekuonya ujiepushe na vitendo viovu? Jambo lile nimekukanya ndilo ulofanya. Kwani wewe ni mtoto wa aina gani? Kama hujawahi kufahamu chachu ya mapenzi subiri yaja."

Tama alijitetea, "Baba hayo yote uliyosikia ni uongo mtupu. Kwa nini unaamini uvumi. Haina haja unichafue moyo bure ilhali uchunguzi haujakamilika. Baba nikipatwa na hatia nakuahidi nitaacha shule na usiniite mwanao."

Wanga kwa ujasiri alimwambia Tama, "Mpiga mbizi nchi kavu huuchubua usowe. Sitaongeza neno nangoja matokeo."

"Ya nini baba nipige mbizi nchi kavu na ninajua iliko bahari? Kama ulivyokauli baba acha tungoje matokeo," Tama aliweka kituo cha maneno.

Baada ya majuma mawili Tama alipokea ripoti ya mwalimu mkuu akimtaka kurudi shule akiandamana na baba yake. Tama aliingiwa na wasiwasi maana hakuelewa sababu iliyomfanya mwalimu mkuu kumtaka baba yake shuleni. Maswali mengi ambayo hayakuwa na majibu yaling'ang'ania mawazo yake. Mchana kutwa hakutulia kwani unga ulikuwa umezidi maji. Wazazi kutoka shambani, Tama aliwakaribisha na habari hizo.

"Nimepata barua inayotaka nirudi shule," alisema Tama.

"Nimefurahi kusikia hivyo. Mimi nilijua ulikuwa umeonewa. Mwanangu palipo tai wengi hapakosi mzoga. Hata kuku anapolalia mayai siyo yote huanguliwa. Waliokufitini wasamehe," mama Tama alisema.

"Mama sijui kama mambo yako sawasawa au la. Nimeambiwa niandamane na baba."

Wanga kusikia hayo alishangaa, "Aha! Nilikuambia ukanidharau. Mimi siendi shule ng'o! Pelekwa na mama yako maana yeye ndiye anayekufurisha kichwa."

Kwa upole, "Baba barua inasema wewe ndiye unayetakikana."

Shingo upande Wanga alikubali, "Mimi nitakupeleka lakini atakachosema mwalimu mkuu sitampinga bali itakuwa hivyo."

Asubuhi iliyofuata Wanga na Tama waliondoka kuelekea shule. Walifika salama na kulakiwa rasmi na mwalimu mkuu. Japo hawakujua kilichokuwa kikiwasubiri, mapokezi ya mwalimu mkuu yalikuwa ya kufana. Mwalimu mkuu hakuwa na haraka ya kuwadokezea yaliyokuwa yamejiri. Kwanza walikaribishwa kwa chai na msaidizi wa mwalimu mkuu katika ofisi ya mwalimu mkuu. Wanga na Tama wakinywa chai, mwalimu mkuu alikuwa akiongea kwa simu. Hatimaye alimaliza na kuvunja kimya kilichodumu kati ya Wanga na binti yake.

"Mzee naomba radhi kwa kukuharibia mipango yako ya leo. Kama wazazi, kukitokea jambo ni vyema kushiriki pamoja. Mtoto akiwa mikononi mwetu, ni wajibu wetu kufuatilia maendeleo yake."

Baba Tama alijibu, "Mwalimu hapajaharibika neno. Tukiwa duniani kushughulika ni lazima. Mimi sijui ni nini kimemtendekea msichana. Miezi michache iliyopita alikuwa mtoto mzuri lakini sasa nashangaa amekuwa mtu wa kesi."

Mwalimu mkuu alicheka, "Ha! Ha! Ha! Haya ni mambo ya watoto bwana na hatuwezi kuyaepuka. Kila kitu kina gharama yake. Kesi ni lazima mzee. Na kesi si za aina moja."

Wanga alijibu, "Kufanya kesi ni sawa. Lakini huyu wangu ameanza mapema sana."

Muda wote huo Tama alikuwa kimya.

Mwalimu mkuu alimtia Wanga wasiwasi aliposema, "Uchunguzi ulikamilika siku nne zilizopita."

Baba Tama alimtatiza mwalimu mkuu, "Mwalimu tunajua mtoto alikosa. Lakini naomba umsamehe ili aendelee na masomo yake. Kwa heshima yangu na yako mwalimu mhurumie."

Mwalimu mkuu alisisitiza, "Acha nimalize kusema kile ambacho ninasema halafu utoe pingamizi zako kama zitakuwa. Hiyo ni sawa mzee?"

Wanga alijibu, "Sawasawa mwalimu."

Mwalimu mkuu aliendelea, "Naomba msamaha kwa niaba

ya shule kwa yale yaliyotokea. Tama hakupatikana na hatia. Iligunduliwa kuwa ilikuwa njama ya mahasidi wake ambao walitaka afukuzwe shuleni."

"Mwalimu Mungu akubariki. Hofu niliyokuwa nayo sasa imetua. Hakuna refu lisilokuwa na ncha. Naamini wasiwasi umemwondokea Tama," Wanga alisema.

"Sasa jua kuwa hakuna masika yasiyokuwa na mbu," alitamatisha mwalimu mkuu.

Wanga aliagana na mwalimu mkuu na Tama kabla ya kutoka nje na kwenda zake. Wanafunzi waliokuwa wamemfitini Tama walitiwa adabu na mwalimu mkuu na kuonywa vikali dhidi ya vitendo vyao viovu.

Sura ya Tatu

Mwaka wa pili wanafunzi wapya walijiunga na kidato cha kwanza. Katika 'ushirika wa maombi', idadi ya wanafunzi ilizidi kuongezeka. Tama na wenzake walimwomba mwalimu mkuu kuwaruhusu kukusanyika kwa maombi siku tatu kwa juma. Baada ya mashauriano ya kina na halmashauri ya shule, mwalimu mkuu aliwapa kibali. Darasani, dawati la Tama lilikuwa mbele. Muhula baada ya mwingine, idadi ya marafiki ilizidi kuongezeka. Wanafunzi zaidi na walimu walijiunga na maombi hayo. Ingawa mtego wa Tama ulichukua muda kuteguka, mwaka wa tatu uliteguka na kuwanasa wanafunzi wengi pamoja na walimu. Shule ya Tumaini ikaanza kupata sura mpya. Walevi sugu wa dawa za kulevya walianza kubadilika. Wengi wa wanafunzi waliacha tabia zao mbaya na kuwajibika shuleni.

Sifa njema za Tama zilimfanya mwalimu wake kumfanya kiranja. Ushauri wa Tama na washirika wake ulizidi kuboresha shule hiyo na hali yake ya elimu kuimarika. Jina Tumaini lilipata maana yake. Mitindo ya mavazi hasa ya wasichana ilibadilika kabisa wakawa na nidhamu ya hali ya juu. Maisha yalibadilika kabisa baada ya wanafunzi waliokuwa kikwazo kwa Tama kumaliza kidato cha nne. Wanafunzi waliokuwa nyuma yake ilikuwa rahisi kuwatawala. Wenye kutumia mihadarati walielewa athari ya dawa hizo.

Katika mitihani ya majaribio, hakuna mwanafunzi aliyejitokeza kumnyang'anya Tama nafasi yake ya kwanza. Akili ya Tama haikulala hata siku moja bali ilipiga kila sekunde, dakika na saa kama saa ya ukutani ambapo kila mtu aliiona. Yeye alikuwa macho siku zote na hakukubali kuibiwa na lepe la usingizi.

Mwalimu mkuu wa Tumaini baadaye aligundua kuwa Tama alikuwa na kipawa cha kuwarekebisha wanafunzi wenzake waliopotoka. Kauli ya mwalimu mkuu ikawa kumpa Tama na washirika wake saa moja kila siku ya maombi badala ya nusu saa aliyokuwa amewapa katika kusanyiko la kila wiki ili kuwaelimisha wanafunzi wenzake ubora wa elimu, hatari za uzinzi na magonjwa ya zinaa kama UKIMWI na kaswende.

Halmashauri ya shule hiyo ilikubaliana na mwongozo uliotolewa na mwalimu mkuu kuhusu mafundisho ya dawa za kulevya kutoka kidato cha kwanza mpaka cha nne. Tumaini ilikuwa shule ya kwanza ya upili kutoa elimu ya aina hiyo eneo hilo. Athari za kuiga mitindo ya magharibi ilizungumziwa kwa kina maana iliaminika kuwa chanzo cha kupotoka kwa wanafunzi. Hayo yaliwachangamsha wahusika wote, yaani walimu na wanafunzi. Hakuna mwanafunzi aliyeepuka mafunzo ya UKIMWI kwa sababu Tama na wenzake waliyasimulia kama wataalamu.

Wanafunzi wengi walipendezwa na mwenendo wa Tama na kuiga tabia zake. Wasichana walinyoa na kuwa na nywele fupi kama za Tama.

"Hutachelewa kujitayarisha asubuhi ukiwa na nywele fupi. Kwa hivyo, mtu atakomboa wakati na gharama pia." Alisema Tama siku moja kwenye mahojiano na shirika la utangazaji la Tusemezane.

Nguo fupi walizisusia kabisa na kuvaa nguo za heshima kama za Tama zilizopita magotini. Wasichana wachache waliokuwa wamepotoka walibadilika na kuwa watu wazuri. Hili liliirejeshea shule ya Tumaini hadhi yake. Kazi ya mwalimu mkuu kuiongoza shule ikawa mteremko. Alitoa mwongozo kama mfalme naye Tama na washirika wake wakitekeleza.

Mioyo ya wanafunzi ilikuwa imeyeyushwa kabisa na mafundisho hayo. Anasa hazikupewa nafasi kutawala maisha ya wanafunzi na walimu tena. Ulipofika mwisho wa muhula, Tama aliongoza darasa lake kama ilivyokuwa desturi yake. Matokeo ya muhula huo yalikuwa yameimarika sana na yalisifiwa na mwalimu mkuu na halmashauri ya shule. Walikiri kwamba tangu kuanzishwa kwa shule hiyo, alama alizopata Tama hakuna mwanafunzi aliyewahi kuzifikia.

Ni kidato cha tatu ambapo Tama alifanywa kiranja mkuu na nahodha wa michezo. Tama alipewa kazi ya kuongoza michezo ingawa hakuwa mwanamichezo. Udhaifu huo ulijidhihirisha alipotoa maamuzi yaliyokuwa kinyume. Viongozi wa timu mbalimbali ndio aliowategemea kuratibu mechi za kujipima nguvu. Wenye wivu walihakikisha Tama hafaulu. Waliibuka na mbinu kabambe za kuhujumu kazi yake. Michezo ya pete, raga na magongo haikuwa maarufu kwa sababu ya usimamizi duni. Tama alilimbikiziwa lawama tele na wapinzani wake. Kwa sababu ya kuwa na majukumu mengi, masomoni Tama alianza kudidimia. Hatimaye mwalimu mkuu alisikia kilio chake na kumpunguzia mzigo wa kusimamia michezo.

Sifa za Tama za kueneza maadili mema miongoni mwa wanafunzi wenzake zilikuwa zimevuma kote mkoani. Alipewa nafasi nyingi kuhudhuria vikao vya vijana na hata kupata mwaliko wa kuhutubia warsha mbalimbali. Wizara ya elimu haikuchelea kumuunga mkono kwa juhudi zake. Kama wahisani wengine, wizara hiyo ilitoa mchango wake kikamilifu. Kwa hali na mali wizara ya elimu ilimsaidia Tama na kikundi chake. Kufikia upeo wa kipawa chake.

Tama alitunga shairi ambalo liliwasisimua vijana na wazazi pia. Kama wasemavyo waswahili, maji hufwata mkondo. Mmoja wa wajomba wake Tama alikuwa mtunzi na mwimbaji wa mashairi. Kipawa hicho kilimwezesha kutalii sehemu mbalimbali duniani. Aliwaongoa watu katika sherehe alizoalikwa.

Tama alikariri shairi hilo mbele ya kope za halaiki siku ya vijana ulimwenguni. Tafrija hiyo ilimfanya Tama kuingia katika kumbukumbu ya wasanii. Baada ya mbwembwe hizo kufikia kikomo, wasanii waliokuwa wamehudhuria waliomba kibali kwa Tama cha kusambaza shairi hilo katika shule zote za upili nchini humo. Tama aliwaruhusu kutimiza matakwa yao baada ya kushauriana na mwalimu mkuu. Katika mila zao, wanawake hawakuchukuliwa kama watu muhimu katika jamii. Waliwekwa ngazi sawa na watoto. Wao walichukuliwa kuwa vyombo dhaifu na kwamba hawangeweza kufanya jambo lolote hila kusukumwa na wanaume. Tamaduni hizo zilikuwa zimewadunisha wanawake kabisa. Wazee waliamini elimu ya mwanamke wa Kiafrika kilele chake ni jikoni. Kwa sababu hiyo mwanamke hakutarajiwa kuwa kielelezo chema katika jamii.

Ufanisi wa Tama uliwafanya, kina mama kuheshimika. Umahiri wake wa kukariri mashairi ulimzolea sifa kochokocho. Sauti yake nyororo iliwavutia wakubwa na wadogo. Nao wanafunzi wa shule ya Tumaini hawakuachwa nyuma katika msururu wa matukio ya Tama na kusimama naye kwa kila alichofanya. Mara kwa mara, Tama na washirika wake waliwatahadharisha na kuwahamasisha vijana hatari za kuibeba dunia yote mabegani. Shule ya Upili ya Tumaini iliendelea kufanya vizuri kimasomo na nidhamu ilikuwa juu hali iliyowafanya wanafunzi wengi kutamani kujiunga na shule hiyo. Baadhi ya wazazi waling'ang'ania nafasi chache zilizokuwapo ili kuwawezesha watoto wao kusajiliwa katika kidato cha kwanza. Palipo na kuku hapakosi mwewe na kozi.

Katika Shule ya Upili ya Tumaini, wanafunzi wachache walikataa kunywa dawa ya Tama. Waliona heri kufa kwa magonjwa yao badala ya kumeza vidonge walivyopewa na Tama. Hao wanafunzi waliokataa mabadiliko walikuwa wakivuta zulia nyuma kwa kuwatishia maisha wanafunzi waliowahama baada ya kusombwa na mto Tama.

Kidato cha nne, muhula wa kwanza ngurumo za Tama ziliendelea kusikika. Elimu ya maadili mema ilizidi kunoga.

Wanafunzi waliendelea kuchangamka hadi mwisho wa muhula. Ilipofika muhula wa pili, juhudi za Tama za kuongoza kikundi cha maadili mema zilionekana kufifia. Tama alikuwa akijiandaa kwa mtihani wake wa mwisho. Wakati wake mwingi aliutumia kudurusu kwa lengo la kuimarisha matokeo yake ya mwisho. Mwezi mmoja baadaye Tama alimkabidhi Busara hatamu za uongozi wa kikundi chao.

Busara alikuwa kijana wa kiume mwadilifu. Kwa muda mrefu alikuwa msaidizi wa Tama. Busara alikuwa mwanafunzi wa kidato cha tatu na alikuwa na tajiriba iliyohitajika. Alitarajiwa kuhudumu kwa kipindi cha mwaka mmoja na kung'atuka uongozini. Busara alipokabidhiwa uongozi, wanafunzi wengine walikuwa wakieneza uvumi kuwa Busara na Tama walikuwa wapenzi. Kama uvumi huo ulikuwa ukweli au uongo, Tama na Busara ndio waliojua yaliyositirika katika mioyo yao. Mwishowe muhula wa tatu uliwadia ambapo Tama na wenzake wa kidato cha nne walifanya mtihani wao wa mwisho. Katika dhifa ya kuwaaga, shule iliwaandalia wanafunzi waliokuwa wakiondoka karamu ya kukata na shoka. Wageni mashuhuri walihudhuria hafla hiyo. Wizara ya elimu iliwakilishwa na mkurugenzi wa elimu katika kiwango cha mkoa. Nyimbo tamutamu ziliimbwa na wanafunzi wa shule hiyo.

Wazazi walifurahishwa sana na maendeleo ya shule. Mashairi yalikaririwa na wanafunzi hao. Siku hiyo, Tama alidhihirisha kipawa chake cha uandishi wa mashairi. Licha ya kuwa mwandishi stadi, alikuwa bingwa wa kukariri mashairi. Sherehe zilipokuwa zinaelekea ukingoni, Tama alipewa nafasi ya kuhutubu mbele ya wageni wa heshima, walimu na wazazi. Kwanza alishukuru kwa niaba ya wanafunzi wenzake.

Kwa kifupi Tama alisema, "Waheshimiwa, walimu, wazazi na wanafunzi. Ninayo furaha kusimama mbele yenu kuwashukuru kwa kusimama nasi hadi wakati huu. Kazi tuliyofanya haikuwa rahisi. Sitamsahau mwalimu mkuu ambaye amekuwa kielelezo chema. Kwa ushirikiano wake, tuliweza kushinda changamoto nyingi ambazo zilikuwa zimeibuka. Wizara ya elimu imetusaidia kwa hali na mali. Kwa niaba ya wanafunzi wote wanaoondoka wa kidato cha nne, nawashukuru sana kwa kutuunga mkono. Wanafunzi tunaowaacha tunawatia moyo. Mkiwa chini ya uangalizi wa mwalimu mkuu mtafaulu. Siri ni kushirikiana na kuwa kitu kimoja. Mpendane kama chanda na pete. Kwa sababu ya wakati, nitamwomba mwalimu mkuu aniruhusu nikariri shairi moja tu ambalo nataka libaki hapa kama kumbukumbu."

Bila masharti mwalimu mkuu alikubali, "Siku ya leo ni yenu. Upeo tuliofikia ni kwa ajili ya kujitolea kwenu. Tama uwanja sasa ni wako. Tupe ushauri."

Alipochukua uwanja, makofi, vifijo na nderemo vilitawala anga. Mbele ya wageni wa heshima wakiwemo mkuu wa mkoa, mkuu wa wilaya, mkurugenzi wa elimu na wengineo, Tama alikariri shairi.

Athari za Magharibi

Yawa nyonge Afrika, mbacha yapasa kuitwa,
Tamaduni kutarika, watu waishi kwa juwa,
Afrika metoboka, kizungu kuzingatiwa,
Athari za magharibi, zadunisha Afrika.

Wapotezwa na mauazi, waenda uchi vijana,
Wasema kuwa ujuzi, nguo fupi kushikana,
Wayasifu na wazazi, malezi yakilingana,
Athari za magharibi, zadunisha Afrika.

Wayabeba masanduku, mitindo leo uichwani,
Wanaume wahuluku, hazama kwao puani,
Wakike kuwa wadaku, suruali karibuni,
Athari za magharibi, zadunisha Afrika.

Wana wajiita Blondi, maana rege wacheza,
Waruka mfano bundi, mapepo wamejijaza,
Vichwa uyao ni jadidi, yatendeka miujiza,
Athari za magharibi, zadunisha Afrika.

Wamesahau shinani, yalipo na mazingira,
Hapana la mashambani, mijini kuna ajira,
Viongozi wa usoni, ni mikia waichora,
Athari za magharibi, zadunisha Afrika.

Zana zaundwa ulaya, mitihani Afrika,
Wazungu kwao wakanya, waleta kwetu sadaka,
Na vijana wapokeya, hazina ya kuwazika,
Athari za magharibi, zadunisha Afrika.

Bila hofu yanunuwa, Afrika ng'ombe wayo,
Madawa kuthaminiwa, haubabaiki moyo,
Na wazimu wauguzwa, machungu wakiwa nayo,
Athari za magharibi zadunisha Afrika.

Athari za magharibi, zadunisha Afrika,
Bara letu kumbikumbi, mabawa yameshang'oka
Katokato halitambi, kazi kubwa ni kuzika,
Athari za magharibi, zadunisha Afrika.

Vinywa vya mahudhuru havikukoma kumsifu Tama maana dhamira yake ilikuwa wazi. Shule yake ililimbikiziwa sifa kochokocho na kutuzwa zawadi kemkem. Wazazi wa Tama walikuwa ndotoni baada ya kuona ujasiri wa binti yao. Mama Tama alilía kwa furaha ya mtoto wao kumaliza masomo. Tama Wanga alikuwa amemulika mahali ambapo palikuwa na giza totoro.

Nuru aliyotoa ililifukuza giza kabisa. Alibadilika na kuwa jukwaa la wokovu kwa wengi ambao walikuwa wakiangamia kwa ukosefu wa maarifa. Mikakati kabambe ya kufanikisha kampeini za Tama kukabiliana na dawa za kulevya na ugonjwa hatari wa UKIMWI iliungwa mkono na takribani wahusika wote. Walimu na wanafunzi walimwahidi Tama kuwa wataendeleza kazi aliyoanzisha shuleni humo. Na umri wake mdogo, Tama alikuwa ameorodheshwa katika kitabu cha kumbukumbu cha shule ya Tumaini kama msichana aliyefaulu kubadilisha maisha ya vijana wengi. Alikuwa bingwa wa masuala ya vijana na jina lake likavuma na kutanda katika vyombo vya habari. Kuondoka kwake shuleni kuliwahuzunisha wengi na kuwafurahisha wachache wasiopendelea mabadiliko.

Kila mwanafunzi aliyeagana naye alitiririkwa na machozi. Bila kuzingatia jinsia, Busara akiagana na Tama, alidondokwa na machozi. Vijana wenzake wa kiume walimcheka huku wakiulizana kama wanaume hulia.

Kipande aliwajibu, "Kipenda roho hula nyama mbichi. Mwenzako aachwa na kipenzi chake. Kama si kulia, ni ishara ipi itakayoonyesha au kudhihirisha yaliyositirika kilindini mwa moyo wake? Pengo aliloacha Tama halitazibwa na mwingine."

Mioyo ya wanafunzi marafiki waliosalia shuleni ilikuwa mizito na hawakuwa tayari kumwachilia Tama aondoke. Hawakuwa na uhakika kama wangemwona tena. Shingo upande walimpa mkono wa buriani.

Hata baada ya kuondoka shuleni, Tama hakuona lolote jema la kumtenga na watu. Azma yake ya kushirikiana na vijana wenzake haikukoma. Vijana mtaani waliokutana na Tama walimsifu kwa juhudi zake za kuleta mageuzi. Wengi waliosikia wasifu wake kutoka mitaa mingine walifika alipokuwa na kumwazima masikio yao.

Tama aliboresha maisha ya watu wengi. Watu waliojaribu kuweka vizuizi vya mabadiliko walisombwa na wimbi hilo na hakuna aliyesazwa. Kama vile mvua huanza kwa tone moja, Tama alikuwa tone hilo ambalo lilizidi na kuleta gharika na kuwabeba vijana wengi na kuwatoa katika mkondo wa uharibifu na kuwafanya kuwa watu waadilifu. Wavu wa Tama ulienea na kuwashika wazee waliokuwa wamefikia njia panda katika maisha yao. Ni kweli mtego wa panya huingia waliomo na wasiokuwemo. Mtego Tama aliowekea vijana uliwanasa watu waliokusudiwa na wasiokusudiwa.

Miezi mitatu baadaye wizara ya elimu ilitangaza rasmi matokeo ya kidato cha nne. Tarehe kumi na tano Februari, Tama alisindikizwa na wazazi wake hadi shule ya upili ya Tumaini. Matokeo yalikuwa yamefika shuleni. Walimu wa Tumaini walikuwa na furaha ya ajabu baada ya Tama kuvunja rekodi kwa kuwa mwanafunzi bora mkoani. Walipofika shuleni, waliwapata walimu wakiwasubiri wanafunzi walioenda kuchukua majibu yao. Mwalimu mkuu alikuwa kama mtu aliyekuwa amejipaka mafuta ya nazi usoni maana uso wake ulikuwa umeng'ara kabisa. Matokeo hayo yalikuwa yameimarika ikilinganishwa na ya miaka ya nyuma. Zaidi ya nusu ya wanafunzi waliofanya mtihani huo walifuzu kujiunga na vyuo vikuu mbalimbali nchini. Shule ya Tumaini ilituzwa na wizara ya elimu kwa kuwa ya kwanza mkoani na ya tano kwa ngazi ya kitaifa.

Sura ya Nne

Tama alisajiliwa kujiunga na Chuo Kikuu cha Hazina ambacho kiko Mji Mkuu wa Hazina. Watu wengi mashuhuri ni zao la chuo hicho. Mita chache kutoka kwa lango kuu ni maegesho ya magari. Kando kando ya barabara kuna maua yenye kupamba mandhari. Pia lipo daraja katika makutano ya barabara inayoingia chuoni na barabara kuu. Wanafunzi hupumzikia hapo wakati wa magharibi. Ofisi kuu pamoja na ile ya usajili wa wanafunzi ziko hatua chache kutoka lango kuu. Nyuma ya ofisi kuu kuna jumba kuukuu ambalo ni makao ya kitivo cha sayansi.

Mabweni ya wanafunzi wa kike yako upande wa pili wa barabara kuu. Mkabala na mabweni haya ni mabweni ya wanafunzi wa kiume. Wanafunzi waliosomea shahada za udaktari, uhandisi na mawasiliano walikuwa wachache.

Siku ya kusajiliwa wanafunzi ilikuwa na shughuli nyingi sana. Japo alikuwa amekwisha maliza kidato cha nne, Tama bado alikuwa na kiwewe. Alishangaa ni kwa jinsi gani atayamudu maisha yake katika chuo kikuu kuliko na uhuru sufufu.

Kama ilivyokuwa desturi, Tama alisajiliwa rasmi baada ya kutimiza masharti yote. Mabweni ya chuo kikuu yalikuwa tofauti na mabweni ya shule za upili. Katika chuo kikuu, kila mwanafunzi alitarajiwa kujitawala mwenyewe kinyume kabisa na shule ya upili ambapo walimu ndio waliotoa mwelekeo. Katika bweni lao, Tama alikuwa ghorofa ya pili chumba cha nne.

Wanafunzi waliishi maisha waliyotaka. Aliyetaka kujipikia mwenyewe alikuwa huru kufanya hivyo. Kila mwanafunzi alikuwa na uwezo wa kuamua jinsi anavyotaka kuishi katika chumba chake. Wanafunzi waliokuwa na wapenzi waliishi chumba kimoja. Majirani wa Tama katika bweni hilo walikuwa na marafiki chungu nzima kuanzia wa kike mpaka wa kiume. Kila mmoja alikuwa na ratiba yake ya mihadhara. Maisha hayo kwa kimo fulani yalimtatiza Tama. Kutoka nyumbani kwao hadi chuoni ulikuwa umbali wa takriban kilomita mia tano.

Chuoni huko, wanafunzi wa kiume hawakumpa muda wa kupumua. Usiku na mchana walimgongea mlango. Kwa muda mrefu Tama aliishi na wasiwasi mwingi. Juhudi zake za kuwasiliana na wasimamizi wa chuo kikuu kuwaeleza kutoridhika kwake na utaratibu uliokuwako ziligonga mwamba. Utaratibu wa kuwafikia vinara wa chuo hicho ulikuwa mgumu.

Kwa muda mrefu matokeo ya wanafunzi yalikuwa ya kuridhisha. Hata hivyo, changamoto kwa wanafunzi zilikuwa nyingi. Matumizi ya dawa za kulevya yalikuwa jambo la kawaida. Sigara, bhangi, miraa na pombe ni baadhi ya dawa zilizopatikana chuoni. Wanafunzi wa kike na kiume walitumia bila kujali matokeo yake. Dawa za kulevya zilikuwa zimekolea milini mwao. Baadhi ya wanafunzi hawakuzingatia usafi kwa sababu ya matumizi ya dawa hizo.

Wanafunzi wa kike na kiume waliogopa maji kama simba. Baadhi ya wanafunzi walikuwa kama watu waliokuwa wamepagawa na pepo wachafu. Matendo yao yalikuwa ya kutisha. Wengi wa wanafunzi waliotumia dawa za kulevya walikuwa na nyuzi katika vichwa vyao zilizolegea. Kwa sababu hiyo, wizi wa mabavu, matumizi ya silaha hatari na ukahaba ulikuwa umekithiri chuoni humo. Mavazi hasa ya wasichana hayakupendeza macho kabisa.Tama aligundua kasoro nyingi na sumu iliyokuwa imepakwa midomoni mwa wanafunzi.

Wahadhiri hawakuachwa nyuma na kasumba ya wanafunzi. Baadhi yao hawakuzingatia taaluma zao. Badala ya kuwafundisha wanafunzi maadili mema waliwachochea kufanya vitendo ambavyo havikuambatana na maadili ya jamii. Mara kwa mara waliwakumbusha wanafunzi wasikubali kuachwa nyuma na wimbi la mabadiliko na kwa hali zote wadai haki zao. Haki walizotaka wanafunzi kudai zilikuwa za kisiasa bila mwingilio wa wazazi wala serikali.

Baadhi ya wanafunzi wa kike waliangukia mtego wa wenye donge na kujipata wakiogelea katika bahari ya maradhi hatari. Ingawa Tama alikuwa tayari kulipa gharama ya kuwasaidia wanafunzi wenzake na kuimarisha maisha yao, wafadhili hawakupatikana. Hakuna mtu aliyejitolea chuoni kuunga mkono jitihada zake za kueneza elimu ya maadili mema. Vita vilipochacha, Tama askari mwoga aliamua kutupa bunduki yake chini na kukimbilia usalama wake. Aliona njia bora ni kuyanusuru maisha yake badala ya kujifanya mwogeleaji stadi na kufa maji.

Japo alikuwa na nia ya kuwatoa wenzake katika lindi la upotovu, Tama hakuwa na misuli ya kuwanyanyua. Juhudi za kuwasiliana na marafiki wa zamani waliosoma pamoja katika shule ya upili ya Tumaini kwa msaada ziliambulia patupu. Wengi wa wanafunzi wa zamani walikuwa viziwi. Lugha aliyotumia Tama haikueleweka kwao. Hatimaye Tama aliinua mikono yake juu ishara ya kuzidiwa nguvu na kujisalimisha.

Tama alionekana mpweke chuoni. Hali ya kutaka mageuzi chuoni ilimfanya kutorokwa na marafiki wa karibu. Farida alikosana na Tama kwa sababu moja. Siku moja alimpata Tama akiongea na mpenzi wake. Kosa hilo lilikuwa kubwa machoni mwa Farida na kukataa kumsamehe Tama. Kwa maoni ya Farida, Tama alikuwa msichana wa kunyemelea wachumba wa wengine. Sifa hizo mbaya zilichafua moyo wa Tama. Kwa muda, Tama alihangaika asijue la kufanya. Akiwa nje ya darasa lake, Tama alikutwa na Jabali akiwa amelala. *"Hallo! Hallo!"* Aliita Jabali. Tama kwa mshangao aliamka na kuuliza,

"Una nini wewe? Rudi ulikotoka. Umeniharibia usingizi. Unataka nini kwangu? Ukipiga hatua moja zaidi nitapiga usiahi."

Kwa sauti ya unyonge Jabali alijitetea, "Mimi sina nia mbaya. Kama nimekuharibia usingizi naomba radhi. Si mapenzi yangu kukuchafua moyo. Ikiwa kuwa kwangu hapa kunakutatiza, acha niende." Jabali alipinduka tayari kuondoka.

Tama alimsihi, "Tafadhali usiende. Nisamehe kwa maongeo yangu."

Kwa hiari Jabali alisema, "Bila masharti nimekusamehe. Mimi naitwa Jabali. Mimi ni mwanafunzi wa mwaka wa pili na nasomea shahada ya udaktari. Na wewe, waitwa nani?" Tama alichangamka sana aliposikia Jabali alikuwa anasomea udaktari.

"Mimi naitwa Tama. Nami pia nasomea udaktari lakini niko mwaka wangu wa kwanza. Haya basi, nieleze kilichokuleta."

"Sijui ni nini kinachokusumbua lakini kwa muda sasa nimekuona huna raha. Lazima kuna kitu kinachokubabaisha. Naomba ushiriki nami kinachokuadhibu maishani. Mimi niko tayari kukusaidia."

Kwa haraka Tama alijibu, "Mambo yanayonisumbua ni ya kibinafsi na sioni vile utanisaidia. Wewe usijali nitayatatua mwenyewe. Ahsante kwa kujali kwako."

Jabali alisisitiza, "Sina nia mbaya. Haja yangu ni kukuona ukiwa mwenye furaha."

Tama alikataa, "Nitasuluhisha mwenyewe. Tafadhali usisisitize maana ukifanya hivyo hatutaelewana."

Jabali alikubaliana na Tama na kuaga, "Pole dada. Sitarudia swali hilo wakati mwingine. Labda unipe anwani zako ili nikiwa na wakati nikutembelee ikiwa hutajali."

Tama polepole alijibu, "Hii ni mara yangu ya kwanza kukuona. Siwezi nikakupa anwani zangu sasa. Wakati mwingine labda."

Jabali aliondoka na kwenda zake. Tama alianza kujirudia na kujiuliza mwenyewe, "Nitajitesa mpaka lini. Ni kwa nini nawapuuza watu wote? Labda huyu Jabali anaweza kunisaidia kutoka katika hali hii ya upweke. Nitajaribu nifungue moyo wangu nione kama nitatoka katika majonzi haya. Hasira ni hasara."

Haikupita siku bila Jabali hajamwona Tama. Kila siku Jabali alimchokoza Tama. Mwanzoni Tama alijiepusha na Jabali. Siku zilipozidi kusonga, Tama alikuwa anamkaribia Jabali bila kujua. Kama sumaku, Tama alijipata mikononi mwa Jabali. Polepole uhusiano wao uliendelea kuimarika. Hatimaye upendo wao ulishika kasi na kuwaka kama moto mbugani uliochochewa na upepo msimu wa kiangazi. Homa ya mawazo aliyokuwa nayo Tama ilirudi chini na kupata afueni.

Baada ya kukamilisha mwaka mmoja chuoni, Shule ya Upili ya Tumaini ilianza kufuatilia maendeleo ya Tama. Kwa mshangao mwalimu mkuu aligundua Tama alikuwa amekubaliana na msemo kuwa, usipowaweza, ungana nao. Tama aliposhindwa kukabiliana na wanafunzi sugu, aliamua kuishi kama wao kwa kutojali lolote.

Mwalimu mkuu wa Shule ya Upili ya Tumaini alimkumbusha Tama, "Usipoziba ufa sasa, kesho utajenga ukuta."

Maneno ya mwalimu mkuu yalikuwa mazito kiasi cha kwamba yalimuacha Tama katika mizani ya mawazo.

Kadri ya siku zilivyosonga mahusiano baina ya Tama na Jabali yalinoga. Ndipo siku moja Tama alipomweleza Jabali azma yake ya kubadili maisha ya wanafunzi wenzake.

"Ni furaha yangu kuona jamii yenye maadili mema" alikauli Tama.

Jabali alimwahidi Tama kuwa watafanya kazi pamoja kwa lengo la kuwasaidia wanafunzi wenzao. Jabali alikuwa kijana mwenye tabia nzuri. Kimo chake kilikuwa futi tano unusu hivi. Alikuwa mwangalifu na maneno aliyapima kabla ya kutamka. Kwa sababu hakutaka kumvunja moyo, Jabali alijitoa mhanga kumsaidia Tama. Lakini jambo hilo halikuwa rahisi kwani wanafunzi waliotumia dawa hizo hawakuwapa muda wa kuvuta hewa. Kila walilopanga, lilipanguliwa.

Kwa ushirikiano na Jabali, Tama aliandaa tamasha mbalimbali za kuhamasisha wanafunzi madhara ya dawa za kulevya. Lakini wanafunzi wengine waliwaona Tama na Jabali kuwa watu waliojitolea kuwaharibia starehe zao. Wanafunzi hao waliapa kuwakomesha Tama na Jabali. Kadri Tama na Jabali walivyopigwa vita ndivyo walivyokaribiana zaidi. Mbali na kukaribiana, wawili hao walikuwa na nidhamu ya hali ya juu. Tama aliutunza urafiki wao ili uwafae katika siku za usoni. Moyoni mwake Tama alikuwa amefanya uamuzi. Baada ya elimu yao, Tama alikuwa na wazo la kuunda 'serikali' na Jabali. Kwa sababu hiyo, Jabali hakumkosea Tama heshima hata siku moja. Mapambano ya muda mrefu yalionekana kuchochea mageuzi. Juhudi za Tama na Jabali zilianza kuonyesha mazao kwani baadhi ya wanafunzi walianza kubadilisha tabia zao. Wanafunzi sugu hawakuonyesha ishara yoyote ya kuangalia alipokuwa Tama na washirika wake. Wahadhiri hawakuachwa nyuma katika kucheza chakacha hiyo.

Maji yalipozidi kimo, mibabe wa dawa za kulevya walianza kutafuta njia za kujinusuru. Shinikizo kutoka kwa Tama na washirika wake, liliwafanya mibabe hao kubuni mbinu mpya za kuishi. Wimbi la mageuzi lilikuwa limewasukuma na walikuwa karibu kuufikia ukuta. Lakini bahati yao haikuwa imesimama. Kila walilojaribu liliwaendea mrama. Hatimaye walipata suluhisho la tatizo lao. Walikuwa na uhakika wa mpango wao kuwazalia matunda. Mibabe hao walikutana jioni wakavuta bangi na kuondoka kwenda kutekeleza mpango wao. Saa tano usiku mibabe hao walibisha mlango wa Tama. Walikuwa wameapa na kunywa kiapo cha kubeba kichwa cha Tama hadi maskani yao. Wahuni hao walibisha mlango kwa muda mrefu lakini hakuna mtu aliyefungua.

Hatimaye waliamua kuuvunja mlango huo. Wakiwa katika harakati za kutafuta chuma, mibabe hao waliwaona watu watatu. Wawili walikuwa wamevaa kama polisi na wa tatu hawakumwona vizuri kwa sababu alikuwa gizani. Kwa haraka mibabe hao walitoroka. Kishindo kikubwa kiliwaamusha wanafunzi waliokuwa katika ghorofa hiyo. Kumbe watu waliokuwa wamevalia kama polisi walikuwa Tama na Jabali. Mtu wa tatu alikuwa rafiki wa karibu wa Jabali. Tukio hilo lilimtamausha Tama na kuazimia kuhama siku iliyofuata. Katakata Jabali alikataa Tama kulala huko. Alinusa hatari iliyomkabili Tama.

Usiku huo, Jabali alimhamisha Tama. Alikuwa na uhakika mibabe hao walikuwa wakiililia damu ya Tama na wangerudi wakati wowote kutimiza tishio lao. Jaribio lao la kwanza likawa limetibuka. Mpango uliokuwa umepangwa wa kumwangamiza Tama ulipokosa kufaulu, haikujulikana kwa haraka hatua ya pili waliyonuia kuchukua mibabe hao.

Kwa sababu ya kuhofia usalama wa Tama, Jabali aliamua kumhamisha kutoka kwa bweni alililoishi na kumkombolea chumba kimoja karibu na chuo. Tena chumba hicho kilikuwa kimekaribiana kabisa na kituo cha polisi. Nyumba hiyo ya vyumba vinane kwa nyuma ilikuwa imeshikana na ukuta wa kituo hicho cha polisi. Chumba cha Tama kilikuwa kidogo sana. Nafasi hiyo iliruhusu kitanda kimoja na meza ndogo peke yake. Hapakuwa na nafasi ya kuweka kiti. Hayo ya kuwa na hiki na kile hayakumsumbua Tama. Jabali alisimamia kodi ya nyumba na Tama alishughulikia mahitaji yake ya kawaida.

Yalikuwa mazoea ya Jabali kumtembelea Tama jioni baada ya masomo na kuondoka wakati wa Tama kulala ulipowadia. Kituo cha polisi kilikuwa kinga yake. Hakuna hata mmoja wa mahasidi wake aliyethubutu kutatiza amani yake.Tahadhari kabla ya hatari. Msemo huu Tama aliuzingatia sana. Giza halikumpata nje ya chumba chake. Changamoto za usalama wake zilimfanya kusitisha elimu ya maadili mema kwa wanafunzi wenzake. Alijitenga na washirika wake maana hakutaka kuonekana na mahasidi wake. Washirika wake wa karibu walivunjika moyo baada ya Tama kufukua mchanga na kuizika ndoto yake ya kuwahamasisha vijana wenzake hatari ya dawa za kulevya na uhalifu mwingine.

Tama baada ya kukizika kipawa chake katika kaburi la sahau aliweka shada la maua kama kumbukumbu. Tama alifanya hivyo baada ya kutishiwa maisha mara ya pili. Mmoja wa wapinzani wake alinukuliwa akisema, "Huyu msichana anachezea moto.

Hajawahi kuchomeka. Msichana mmoja awezaje kushinda vichwa hivi vyote? (Alisema hayo akiwa na washirika wake). Kama anaona ana nguvu ya kushindana na ndovu kunya acha tuone kama hatapasuka msamba. Siku zake duniani zimehesabiwa. Msichana huyu ni mjinga sana. Anahatarisha maisha yake kama kuku mwenye vifaranga. Angekuwa mwerevu, hangekubali kuichezea shilingi kando kando ya shimo la choo. Kwa sababu hatumii akili, shilingi hiyo itatumbukia shimoni na abaki akijilaumu."

Sura ya Tano

Siku moja Tama alitoweka chuoni. Jabali ndiye aliyekuwa wa kwanza kujua jambo hilo. Kama ilivyokuwa kawaida yake, Jabali alimtembelea Tama lakini hakumpata. Mlango wa chumba chake ulikuwa wazi jambo ambalo lilimzidishia wasiwasi Jabali. Alimngoja mpaka usiku lakini Tama hakurejea. Jabali alimtafuta kwa marafiki zake wa karibu lakini hakupata fununu yoyote kumhusu. Hatimaye Jabali aliamua kuwafahamisha wasimamizi wa chuo na kupiga ripoti katika kituo cha polisi cha Saruji kilichokuwa karibu na chumba chake.

Polisi kama kawaida yao walianza uchunguzi wa kumtafuta. Katika mahojiano yao na polisi, wasimamizi wa chuo waliwaeleza polisi kuwa mtu wa mwisho kuonekana na Tama alikuwa Jabali. Polisi walimhoji Jabali na kukiri kuwa siku hiyo aliyopotea walikuwa wamekutana zaidi ya mara tatu lakini hakuwa amemweleza mpango wowote wa kutoka nje ya maskani yake. Kwa sababu hiyo, polisi walimzuilia Jabali ili kuwasaidia kwa uchunguzi. Jabali alikaa rumande kwa siku mbili na kuwachiliwa na polisi baada ya kuandikisha taarifa.

Wazazi wa Tama walifahamishwa kupotea kwa mtoto wao. Wanga alishangaa sana kupotea kwa mtu mzima. Mama yake Tama alikuwa na shaka na kuamini Tama alikuwa ametekwa nyara na labda kuuawa na majambazi. Wazazi wa Tama usiku huo hawakulala. Asubuhi na mapema wazazi wa Tama walianza safari. Jioni hiyo waliwasili chuoni kujua hatima ya mtoto wao. Wasimamizi wa chuo waliwaelekeza wazazi wa Tama kwa Jabali maana yeye ndiye aliyekuwa karibu zaidi na Tama. Jabali aliwasimulia wazazi wa Tama jinsi ambavyo kwa muda mrefu Tama alikuwa akipokea vitisho vya kuuawa kama hangekatiza masomo yake ya chuo kikuu na kurudi mashambani baada ya kuwatatiza mibabe wa dawa za kulevya. Mama Tama alibaki kinywa wazi.

Polisi walianzisha msako mkali wa kumtafuta mwanafunzi aliyetoweka. Juhudi za polisi za kumpata Tama akiwa hai ziliambulia patupu. Kwa muda walimtafuta bila mafanikio. Kila siku wazazi wa Tama walikuwa kituo cha polisi kuona kama wamepata habari zozote mpya. Baada ya kumtafuta kwa muda, polisi walikata tamaa ya kumpata Tama akiwa hai. Kulingana na ujuzi waliokuwa nao, haikuwa rahisi mtu kupatikana akiwa hai baada ya kupotea kwa zaidi ya siku tatu.

Msimamizi wa kituo cha polisi aliwaita maafisa wake watatu. "John nataka uchunguze kisa hiki."

John alishangaa, "Afande, bado ninaendelea na uchunguzi wa yule mwanafunzi aliyepotea."

Lakini mkubwa alisema, "Hiyo kesi kwa sasa achana nayo. Hiyo ni kesi ya zamani. Mwanafunzi huyo sidhani kama yuko hai. Ni nadra sana kumpata. Watu ambao huripotiwa kupotea chini ya asilimia kumi ndio hupatikana wakiwa hai. Tena wanaonusurika hupatikana kati ya masaa sita na ishirini na manne. Ujue mimi sijakutuma kwa wazazi wake. Wao wakikuuliza kama umefikia wapi na uchunguzi, waambie unaendelea kumtafuta mwanafunzi huyo."

John alijibu, "Sawasawa afande."

Alipiga saluti ishara ya kukubaliana na mkubwa wake na kutoka ofisini.

Msimamizi huyo aliwatuma maafisa wawili waliokuwa wamebaki. "Koplo Sitati na *Constable* Matihaki mchukue faili nambari 200456 ya Mzee Matong'ong'o aliyeuawa jana na wakora. Hii kesi ni ya dharura na muipe umuhimu unaostahili."

Kwa sauti moja walikubali, "*Yes sir.*"

Walipiga saluti na kuondoka.

Iliendelea hivyo mpaka kesi ya Tama ikasahaulika. Wazazi walifika mahali wakakata tamaa kwa maana polisi walikuwa wakiwaambia bado bado. Polisi walikiri mbele ya wazazi wa Tama kuwa kesi ya mtoto wao ilikuwa ngumu.

Siku ya Jumamosi saa tano asubuhi. Maafisa wawili wa polisi walikuwa wakishika doria umbali wa maili tano kutoka kituo cha polisi cha Swaga. Maafisa hao kwa mbali waliwaona watu watatu wakiwa wamekaa chini ya mti, mmoja akiwa kifua wazi. Polepole maafisa hao waliwakaribia watu hao. Baada ya kuwaangalia kwa muda, waliwashuku kuwa majambazi kwa sababu walionekana kupanga njama fulani. Aliyekuwa kifua wazi alikuwa jitu la miraba minne. Wanaume hao watatu walipoona polisi waliingia mbio kwa nyumba iliyokuwa karibu.

Polisi waliwafuata na kubisha mlango lakini watu hao walikataa kufungua. Mlango huo ulikuwa wa mbao. Polisi mmoja aliupiga teke ukafunguka. Watu hao waliwajibu polisi kwa kuwatupia risasi. Kumbe watu hao walikuwa wamewachokoza nyuki. Ufyatulianaji risasi ulianza. Polisi waliimiminia risasi nyumba na kuwafanya wapita njia kukimbilia usalama wao. Mvua ya risasi ilinyesha kwa muda kabla ya polisi kuwazidi nguvu washukiwa hao na kuwauwa wawili papo hapo huku wa tatu akifanikiwa kutoroka akiwa na majeraha mabaya ya risasi. Makabiliano hayo yalimwacha polisi mmoja akiwa na jeraha la risasi mguuni. Polisi walinasa silaha hatari.

Katika harakati za kupekuapekua walimwona msichana. Polisi mmoja aliinua bunduki yake juu tayari kumpiga risasi msichana huyo ambaye waliamini kuwa mmoja wa majambazi hao. Msichana kuona hivyo aliinua mikono yake juu iliyokuwa imefungwa kwa kamba na kupiga nduru. Kwa polisi hii ilikuwa ni ishara ya kujisalimisha. Walipomkaribia walimwamsha ajitambulishe. Papo hapo msichana alizirai.

Polisi walipomtazama kwa makini, waliona miguu yake imefungwa. Polisi walimbeba kwa gari la kibinafsi ambalo walikuwa wameomba msaada. Walimpeleka hadi hospitalini kwa matibabu. Hospitalini, walimfunga msichana huyo pingu alipopata fahamu maana waliamini kuwa mmoja wa majambazi. Polisi aliyekuwa amejeruhiwa mguu alitibiwa na kuruhusiwa kuondoka. Polisi wa kike ndio walioshika zamu ya kumlinda mshukiwa. Daktari Mawazo alimkagua na kuandika ripoti ambayo ilinuiwa kuwasilishwa kwa kituo cha polisi cha Swaga.

Kwa kifupi Daktari Mawazo aliandika, 'Nimemkagua mgonjwa huyu lakini sikupata shida yoyote. Sijaona ishara zozote mbaya. Mgonjwa alikuwa ameshtuka. Pia hana dalili zozote za kubakwa. Kwa jumla, mgonjwa huyu hana matatizo ya kiafya na hakuwa amefanyiwa kitendo chochote cha kikatili. Ni mshutuko uliompata.'

Alikaa huko kwa siku mbili na kuruhusiwa kuondoka hospitali ambapo alipelekwa hadi kituo cha polisi cha Swaga alipotarajiwa kuandikisha taarifa. Polisi wa kituo cha Swaga walikuwa na habari kumhusu mwanafunzi aliyepotea japo kisa hicho kilikuwa kimeripotiwa katika kituo cha polisi cha Saruji. Walipomhoji kwa kina, polisi walitambua msichana huyo alikuwa mwanafunzi wa chuo kikuu aliyekuwa akitafutwa. Baada ya kuandikisha taarifa, polisi walimruhusu mwanafunzi huyo kuwasiliana na wenzake chuoni na jamaa zake pia.

Chuoni, mtu wa kwanza Tama aliwasiliana naye alikuwa Jabali. Kama moto mbugani, habari za kupatikana kwake zilisambaa chuoni humo. Wazazi wa Tama na Jabali waliwasili kituo cha polisi cha Swaga kumchukua Tama. Walipofika, mkuu wa kituo cha polisi cha Swaga aliwaambia, "Msichana wenu yuko kituo cha Saruji. Hapo ndipo mlipokuwa mmepiga ripoti kwanza. Sisi tulipompata msichana wenu tulimkabidhi kwa kituo kinachohusika na kazi yetu ikakomea hapo." Lisilobudi hutendwa. Waliondoka na kuelekea katika kituo cha polisi cha Saruji.

Polisi aliyekuwa zamu katika kituo cha polisi cha Saruji baada ya kuwapokea wazazi wa Tama na Jabali aliamka kuingia ndani ambapo alimwita Tama.

"Wee! Msichana, toka hapo na unifuate haraka."

Tama alifanya hima kuamka na kufanya alivyoamriwa. Alimfuata nyuma afisa wa polisi na kuwafikia walipokuwa wazazi wake na Jabali. Tama alianza kutiririkwa na machozi. Aliwakumbatia wazazi wake ambao walikuwa wakibubujikwa na machozi pia. Jabali hakuweza kujizuia maana alijipata katikati ya Warumi na ikambidi kuvaa vazi la Kirumi. Tama alishindwa kusimulia mambo aliyokumbana nayo akiwa mikononi mwa majangili hao. Baada ya kutimiza masharti yote, Tama, Jabali na wazazi waliondoka kituo cha polisi kuelekea chuoni.

Jioni hiyo, Wanga, Adili na Tama waliondoka kwenda nyumbani. Tama alikuwa amepewa ruhusa ya majuma mawili ya kupumzika. Wakiagana, Jabali alimwahidi Tama kuwa atafufua elimu ya maadili mema na kuimarisha vita dhidi ya dawa za kulevya. Walikubaliana kushirikisha mashirika zaidi ya umma ili kufikia lengo lao. Ingawa Wanga alimtaka binti yake kukomesha kabisa juhudi hizo, Tama alisisitiza kuwa kazi aliyokuwa ameanzisha lazima akamilishe. Jabali alikuwa na mpango wa kuhusisha halmashauri ya kitaifa ya kukabiliana na dawa za kulevya.

Halmashauri ya kukabiliana na dawa za kulevya iliweza kutambua juhudi za Tama na Jabali na kuwaunga mkono kwa dhati. Hapo ndipo nyota ya Tama ilipoanza kutoa mwangaza tena.

Polisi kwa upande wao waliapa kutopumzika hadi watakapomtia nguvuni mshukiwa aliyekuwa ametoroka. Tangazo hilo la polisi liliwatia tumbojoto vinara wa kundi lililokuwa limepanga utekaji nyara wa Tama. Baadhi ya viongozi hao walikuwa wanafunzi wenzake. Baada ya kisa hicho, umaarufu wa Tama ulizidi. Kila kukicha, Jabali alimtia moyo Tama.

Kisa cha kutekwa nyara kiliinua hadhi yake maana ni baada ya kisa hicho ambapo Tama aliweza kutambuliwa na wakuu wa chuo chake. Wasimamizi pamoja na halmashauri ya chuo walimtuza Tama na kuahidi kufanya kazi pamoja naye kwa kusudi la kuchochea mapinduzi ya maisha kwa wanafunzi wote. Walimsifu sana kwa ujasiri wake licha ya kuwa msichana. Kwa muda wa miaka miwili, Tama, Jabali, wakuu wa chuo na washikadau wengine walipambana vikali na mibabe wa dawa za kulevya na kudidimiza kabisa juhudi zao.

Wakuu wa chuo waliwajibika nakujumuika jukwaa moja na wanafunzi kwa lengo la kutoa mwongozo na kudhihirisha umoja wao. Chuo hicho kilikuwa maarufu sana kwa ghasia na migomo. Lilikuwa jambo dhahiri kuwa watu wengi walichomewa magari bila sababu. Kutekwa nyara kwa Tama kulikuwa mojawapo wa visa vilivyokithiri chuoni humo. Chuo hicho kilikuwa na sifa mbaya na ulikuwa wajibu wa kila mmoja wao kuungana na Tama na Jabali kukiboresha. Warsha nyingi ziliweza kuandaliwa shabaha ikiwa kuwasaidia wanafunzi waliokuwa wakitumia dawa za kulevya kuweza kujikomboa na kuishi vizuri kwani baadhi yao walikuwa na matatizo ya kiakili. Polisi walihusika sana maana wao ndio walioitwa kuzima maasi chuoni. Wakuu wa polisi wakiongozwa na kamishna wao walizuru chuo hicho mara kwa mara ili kueneza elimu ya maadili mema yaliyoanzishwa na Tama wakishirikiana na Jabali. Makundi ya umma yaliweza kutoa mchango wao sawasawa na chama cha wazazi cha chuo hicho.

Baada ya mapambano ya muda mrefu, Tama na washirika wake waliweza kufikia mizizi ya mti ambao ulikuwa hatari kwa mazingira yao. Mti huo ulikuwa umeharibu kabisa tabaka la juu la mchanga wenye rotuba na kufanya maisha kuwa magumu baada ya mazingira kugeuka jangwa. Mizizi hiyo waliweza kuikata. Baada ya muda mfupi, wakuu wa chuo, wanafunzi na wazazi waliona mti mbaya kwa mazingira ukinyauka. Polepole mti uliangamia na kuwafaa wapishi na wachoma makaa. Walifaulu kukabiliana na utovu wa nidhamu uliokuwa chuoni. Utulivu ulitawala na elimu ikaimarika.

Makabiliano ya wanafunzi na polisi yalielekea kukoma. Mwaka mmoja baadaye mabadiliko makubwa yalionekana chuoni. Ghasia na migomo ilibaki kumbukumbu.

Ndoto ya Tama na Jabali ilikuwa imetimia. Matumizi ya dawa za kulevya yalipungua kabisa, biashara ya ukahaba ilielekea ukingoni na ujambazi ukasahaulika chuoni. Karamu iliandaliwa chuoni humo ili kusheherekea ufanisi waliokuwa wamepata. Dhifa hiyo iliwajumuisha watu wa matabaka mbalimbali. Miongoni mwao walikuwa wakuu wa chuo, polisi na wanafunzi. Polisi waliongozwa na kamishna wao ambaye alitoa msamaha kwa wanafunzi waliokuwa na silaha kinyume cha sheria kuzisalimisha.

Nyingi ya silaha zilizokuwa chuoni zilikabidhiwa halmashauri ya chuo na wanafunzi ambao waliapa kutotenda uovu tena. Wasimamizi walizipokea silaha hizo na wakazikabidhi kwa jeshi la polisi. Hiyo ilikuwa sherehe ya kwanza kuwahi kufanywa chuoni kati ya polisi na wanafunzi tangu chuo hicho kianzishwe. Basi wanafunzi waligundua kuwa hawakuwa maadui bali lengo lao lilikuwa la kukabiliana na uhalifu katika harakati za kudumisha usalama.

Mwaka wa tano wa Tama chuoni, Jabali alifuzu na kuondoka.

Jabali alimwahidi Tama, "Sasa wakati wa kuondoka kwangu umewadia, lakini nitakuwa nikija kila mara."

Tama kwa upande wake alijibu, "Jabali nitakukosa sana. Unajua nimekuzoea sana. Maisha yatakuwa magumu bila wewe, lakini utakapoenda huko nje usinisahau."

"Tama wajua ninavyokupenda. Mtu mzima hupima mambo. Wewe nimekupima na kuona umetosha. Wewe ni mti mzuri na sina budi kukupanda kwetu," alisema Jabali.

Waliagana na Jabali kuanza safari yake.

Tama aliendelea na masomo yake akiwa na uhakika wa kula mbivu kutoka kwa Jabali. Tama alikiri moyoni mwake kuwa chochote kilicho na faida kina gharama yake. Uhusiano wa Tama na wanafunzi wengine ulizidi kuboreka na kufanya maisha ya chuo kikuu kutamanika. Sifa za Tama kuwa daraja kati ya wahadhiri na wanafunzi hazikukoma vinywani vya wazazi na wachanganuzi wa masuala ya elimu. Polisi waliendelea kuwa marafiki wakubwa na wanafunzi wa chuo hicho. Waliheshimiana na mapambano kukoma kabisa. Asilimia kubwa ya wasichana walivaa mavazi ya heshima na kupendeza nao wavulana wakakomesha tabia ya kuvaa suruali ambazo zilionekana kuanguka wakati wowote walipotembea. Sura ya chuo hicho ilibadilika kabisa na kuashiria vijana njia za kukabiliana na maradhi hatari ya UKIMWI.

Mbinu kabambe alizotumia Tama na Jabali zilizaa matunda. Wanafunzi wengi waliokuwa sugu hapo mbeleni ndio aliowatumia kuwasilisha ujumbe wake katika sehemu mbalimbali za nchi. Tama alianzisha zoezi la kupanda miti chuoni humo na kuyapa mazingira uhai uliostahili. Kupitia kwa wafadhili na wizara ya elimu, Tama aliwahi kuimarisha michezo mingi chuoni humo. Ingawa hakuhusika moja kwa moja katika kuandaa baadhi ya mashindano, Tama alishirikiana na wachezaji wa michezo mbalimbali waliokuwa na ujuzi wa miaka mingi katika fani zao. Baadhi ya michezo aliyoitilia maanani Tama ni pamoja na kandanda, raga, pete, uogeleaji na maswumbwi. Kila mwisho wa juma washindi walituzwa zawadi kemkem na wageni walioalikwa.

Michezo hiyo ilivuma na kuweza kuvutia vyuo vingine. Kupitia michezo baina ya vyuo, wanafunzi wa vyuo vingine waliweza kupata maarifa ya kukabiliana na vitendo vya uhuni na kujizatiti katika kuboresha maisha ya usoni. Elimu safi ya maisha waliyoipata kutoka Chuo Kikuu cha Hazina iliwasaidia kuwajibika zaidi na kufikia upeo wa vipawa vyao. Kwa sababu hiyo hadhi na fahari ya vyuo vyote ikapanda. Viwango vya elimu vilipanda katika vyuo vyote na serikali kupitia wizara ya elimu ikapata hadhi kubwa.

Tama alipata fursa ya kuwakilisha chuo chake kwa mambo mengi yaliyohusu masuala ya vijana. Alizuru nchi nyingi maarufu duniani yakiwemo makao makuu ya Umoja wa Mataifa. Serikali iligundua juhudi za Tama na kumtuza vilivyo. Tama alizidi kushamiri kila kukicha huku akisomea shahada yake ya udaktari. Subira huvuta heri. Hatimaye Tama aliondoka chuo hicho baada ya kupata alama za juu zaidi ya watangulizi wake na kuweka kumbukumbu katika madaftari ya chuo hicho. Kilele cha maadili mema kwa wanafunzi wenzake alikuwa amekifikia. Katika sera zake, Tama hakujali rangi wala chimbuko la mtu. Yeye alinufaisha wote. Aliwaaga wanafunzi wenzake na kuahidi kuwasaidia endapo msaada wake ungehitajika.

Hakuacha kuwasiliana na Jabali. Hakuna jambo la Tama lililokuwa siri maana Jabali alifuatilia maendeleo yake siku kwa siku. Hatimaye Tama alienda ng'ambo kwa shahada ya uzamili ambapo alifuzu. Miaka mitatu baadaye alipata shahada yake ya uzamifu na kuhitimu kama daktari kamili. Tama alipoenda ng'ambo, kwa sababu ya wakati na umbali, mawasiliano kati yake na Jabali yalififia. Siku za kwanza Tama na Jabali walikuwa wakiwasiliana mwezi mara mbili. Kadri miaka ilivyosonga ndivyo upendo wao ulivyozidi kupungua. Ilifika wakati mawasiliano yakakoma kabisa.

Sura ya Sita

Baada ya kupata shahada yake ya uzamifu, Tama alijitayarisha kutoa mchango wake. Shahada hiyo ilimpa kibali cha kufanya kazi mahali popote ulimwenguni. Tama alikataa kabisa kufanya kazi nje ya nchi yake. Azimio alilokuwa amepitisha lilikuwa la kufanyia kazi nyumbani ili kuwasaidia watu wake na taifa lake kwa jumla. Aliporudi nyumbani, Tama alijiunga na Wizara ya Afya na kuwa msimamizi wa kitengo cha watoto katika hospitali kuu ya nchi yake. Maisha ya watu wake aliyaona bora kuliko fedha nyingi alizokuwa ameahidiwa ng'ambo.

Majira ya kuendeleza taaluma yake yalikuwa yamefika. Aliamini yeye na wengine waliokuwa na moyo kama wake, wangesaidia Bara Afrika kustawi na kupunguza umaskini kwa kiasi kikubwa. Katika kazi yake, hakubagua wagonjwa wakati wa matibabu. Hasa watoto walinufaika sana na mchango wake. Baada ya kutulia, Tama aliamua kumtafuta Jabali kwani ndoto yake ya kuunganisha maisha yao pamoja ilikuwa mbichi.

Mwishowe Tama alimpata Jabali kwa simu na kuagana kukutana katika mkahawa uliokuwa maarufu jijini humo. Tama alipomaliza kazi jioni hiyo, aliharakisha maana kiu ya kumwona mchumba wake ilikuwa imezidi. Miaka pia ilikuwa imeenda sana jambo ambalo lilimfanya Tama kuwa na wasiwasi. Jioni hiyo walikutana. Furaha waliyokuwa nayo ilikuwa dhahiri. Tama alikuwa mtu wa kucheka kwa nguvu na kuvuta macho ya wateja wengine.

Hatimaye Tama alipasua mbarika, "Maisha yanakupelekaje?"

"Sawa kabisa," alijibu Jabali.

"Mimi nimerudi na niko tayari kuwa na jamii yangu. Naamini nawe umengoja vya kutosha. Usisahau wahenga walisema mgaagaa na upwa hali wali mkavu. Sasa mimi nataka harusi. Fikiria wewe ni daktari nami ni daktari. Si nyumba yetu itakuwa ya madaktari?"

Kwa dakika Jabali alinyamaza kimya.

Tama akauliza tena. "Kimya ni cha nini mpenzi (akitabasamu). Najua nimewahi udongo ukiwa maji. Sema harusi yetu iwe wiki kesho mpenzi."

Jabali kwa sauti ya chini alijibu, "Tama umechelewa mpaka udongo ukawa jiwe. Hata wewe wajua udongo hauwezi kuwa rojorojo milele. Wewe ulipoenda ng'ambo ulinyamaza kimya na nikakubaliana na moyo wangu kuwa nimetoka katika maisha yako. Niliona ngoja ngoja yako itaniumiza matumbo. Mimi nilioa miaka mitatu iliyopita na nimejaliwa mtoto mmoja."

Tama alikuwa kama mtu aliyepagawa. "Wewe ni mtu bure kabisa. Wewe hufai kitu. Hustahili kuishi karibu na watu. Unyama wako umezidi wa wanyama pori. Yaani hungeweza kuningoja mpaka nirudi? Wazungu wangapi walitaka kunioa lakini kwa ajili yako nikawaonyesha kisogo? Mama yangu aliniambia mwanamume akifiwa na bibi ni lazima ataoa lakini mwanamke akifiwa na bwana anaweza kuvumilia alee watoto wake. Unajua ni kwa nini mnafanya hayo, ni kwa sababu hamna hisi kwa wengine. Ninyi mwajipenda sana. Kila kitu mwajipiga vifua mkisema 'ni mimi'. Kwani sisi si watu?"

Jabali hakuchoka kujitetea kwani alikuwa tayari amemtupa jongoo na mti wake. "Maisha ya msichana yeyote ni kama kipepeo. Kipepeo akiwa mkononi mwa mtu ni rahisi kumtawala kinyume na akiwa kondeni au angani. Wewe ulipoenda ng'ambo miaka hiyo yote ulitarajia nikungoje."

Kwa Tama furaha iligeuka kilio. Alishangaa, "Wewe ulikatiza mawasiliano ghafla. Nikangoja kama utanikumbuka lakini hukujishughulisha. Sasa nimejua ni kwa nini. Kweli walisema kimya kingi kina mshindo. Mwenzako nilikuwa nasononeka kwa mawazo kumbe kwa fikira zako nilikuwa nimekufa miaka mitatu iliyopita."

Jabali hakutaka maneno mengi kutoka kwa Tama na badala yake alimwambia, "Ni wasichana wangapi wameenda ng'ambo na kurudi na jamii? Sasa umejua mambo yangu na yako yameisha. Kwa moyo safi nakuomba utafute bwana ambaye atakufaa. Mimi na wewe hatukupangwa pamoja."

Moyo wa Tama ulibaki vipande vipande. Bila kuongea zaidi, Tama alinyanyuka na kwenda zake. Jabali alijuta sana kwa kuoa msichana mwingine kwani siku hiyo ndiyo aliyojua kwamba Tama alikuwa anampenda. Mbeleni Jabali alifikiri mahaba ya Tama yalikuwa ya juu juu maana lilikuwa jambo la kawaida kwa wanafunzi. Uchungu aliokuwa nao Tama ndio uliomfungua Jabali macho na kuona mbali zaidi. Moyoni mwake alikiri kumkosea

Tama. Fauka ya hayo, Tama hakuchanganya mapenzi na kazi. Alizingatia taaluma yake ya udaktari.

Wagonjwa wa UKIMWI walipata afueni baada ya kupewa ushauri bila malipo. Aling'ang'ana mpaka dawa za kupunguza makali ugonjwa huo zikashushwa bei kwa kiwango kikubwa. Tama hakujigamba bali alijitolea usiku na mchana kuokoa maisha. Bidii yake ilimfanya kupewa mamlaka mengine kazini. Aliteuliwa kuwa mkurugenzi wa hospitali hiyo. Baada ya hilo kutendeka, Tama aliwashawishi wafadhili kuinua kiwango cha hospitali hiyo. Ombi hilo lilitekelezwa. Baada ya miaka sita kupita, hospitali hiyo ikawa ya kipekee barani Afrika. Magonjwa sugu kama saratani kutoka nchi nyingine yalitibiwa katika hospitali hiyo. UKIMWI ulibaki kuwa ndoto kwa watu wengi maana hata walevi walijua haki yao wakajikinga. Shida ya ajira ikapungua maana uchumi uliimarika sana. Tama aliwazindua watawala na kutumia rasilmali vyema. Mila ya kukeketa wanawake aliipiga vita kukoma.

Tama aliwajali sana wazazi na waandamizi wake. Kama wanawake wengine, Tama alipata bwana baada ya kukaa hali ya upweke kwa siku nyingi na kuolewa. Hakuamini wanaume kwa sababu ya kitendo cha Jabali. Tama alichukua muda mrefu sana kumchunguza bwana aliyekuwa ameweka ndoana ziwani kumvua. Fadhili ndiye mwanamume aliyetimiza masharti yake. Fadhili alikuwa na shahada moja, lakini Tama hakuona hilo kama kizuizi.

Fadhili alikuwa mtu mcheshi. Alionekana mwenye tabasamu siku zote. Jina likawa daktari Tama Fadhili kutoka daktari Tama

Wanga. Ndoa yao ilifana na wakajaaliwa watoto wanne. Daima Tama alitenda wema maana alitambua wema hauozi na ukioza haunuki. Aliamini kuwa mtu mmoja kama tone la mafuta taa, alikuwa na uwezo wa kupindua ulimwengu na kuuelekeza upande wa maadili mema. Tama alihudumu nyadhifa mbalimbali serikalini. Alikuwa mwanamke wa kwanza kuwa Katibu wa Wizara ya Afya. Wakati huo matibabu katika hospitali zote za serikali yalikuwa ya bure. Nyota ya Tama ilishadidi na kung'aa kote. Mwanga wake ulipata kuwaonyesha watu njia halisi na hawakujikwaa.Tama aligundua bidii ni silaha bora ya ulinzi na humhami mtu wakati wowote. Kipawa chake kiliwanufaisha wengi.

MWISHO

www.ingramcontent.com/pod-product-compliance
Lightning Source LLC
LaVergne TN
LVHW060151051026
849517LV00007B/2633
* 9 7 8 9 9 6 6 0 5 1 5 4 7 *